മദർ തെരേസയുടെ കഥ

THE STORY OF MOTHER THERESA

BY

VINOD NARAYANAN

 pencil

ISBN 978-93-5438-666-4
© Vinod Narayanan 2021
Published in India 2021 by Pencil

A brand of
One Point Six Technologies Pvt. Ltd.
123, Building J2, Shram Seva Premises,
Wadala Truck Terminal, Wadala (E)
Mumbai 400037, Maharashtra, INDIA
E connect@thepencilapp.com
W www.thepencilapp.com

Author biography

Vinod Narayanan is an Indian author. He was born on March 24, 1975 at Thripunithura in Ernakulam district, Kerala state in India. His father Chottanikkara Velumbarambil Narayanan and his mother Thrippunithura Eroor Vaniyathuparambil Omana. He studied in Chottanikkara Govt Arts College and Thripunithura Govt College. After graduating in history he became a journalist. Now he is an independent writer and screenwriter. Five short films were scripted and screened in various international film Festivals and won awards.

The first novel 'Mayakkottaram' (The Magic Palace) was published in 1999 at Manorajyam weekly. He has published forty short stories in different periodicals. More than 160 books have been published by various publishers. The main books are "The Red" (novel), "Double murder" (Novel), Mandarayakshi (Novel), Mumbai Restaurant (Novel), Nayika (Novel), Kamika (Novel), Welcome to Kochi (Novel) and other Malayalam books. Black night gown (Film script), Incest (Stories), the imagination of secret lover (Stories), Talking birds (Stories) are his English fictions. Also he wrote 60 children's books.

Address:
'Sivaranjani'
Chempu. P.O, PIN: 686608
Vaikom, Kottayam district,

Kerala state, India
Phone: 9567216134
Email: _boonsenter@gmail.com

Contents

അഗതികളുടെ അമ്മ മദർ തെരേസയുടെ കഥ

അഗതികളുടെ അമ്മ മദര് തെരേസയുടെ കഥ

ഒന്ന്
കൊച്ചുതെരേസ

യുഗോസ്ലാവിയയിലെ സ്കോപ്ജെ എന്ന പട്ടണ
ത്തില് 1910 ഓഗസ്റ്റ് 26നാണ് മേരി തെരേസ ജനി
ച്ചത്. സ്കോപ്ജെ വളരെ കുറച്ചുമാത്രം ജനസം
ഖ്യയുള്ള ഒരു ചെറിയ പട്ടണമായിരുന്നു. ഒട്ടോമ
ന് സാമ്രാജ്യത്തില്പെട്ട അല്ബേനിയയിലായി
രുന്നു ആ പട്ടണം. അവിടെ നൂറ്റാണ്ടുകളായി ഇ
സ്ലാമികഭരണമായിരുന്നതിനാല് ക്രൈസ്തവര് ഒ
രു ന്യൂനപക്ഷമായിരുന്നു. ആ ന്യൂന പക്ഷം സ്വാ
ഭാവികമായും ശക്തമായ മതവിശ്വാസത്തെ മു
റുകെ പിടിക്കുകയും ചെയ്തു. അതുകൊണ്ട് മത
ത്തിന്റേയും വിശ്വാസത്തിന്റേയും കനത്ത ചട്ട

കൂടിലാണ് മേരി തെരേസ വളർന്നത്. പക്ഷേ ആചട്ടക്കൂട് മേരി തെരേസക്ക് ഒരിക്കലും ഒരു ഇരുമ്പുകൂടായിരുന്നില്ല, മറിച്ച് വിശ്വാസത്തിന്റെ നറുനിലാവായിരുന്നു.

മേരി തെരേസയുടെ അച്ഛന്റെ പേര് നിക്കോളാസ് ബൊജാക്സ്യു എന്നും അമ്മയുടെ പേര് ഡ്രാനാഫിൽ ബർണായ് എന്നുമായിരുന്നു. അമ്മ വെനീസ് കാരിയായിരുന്നു. ഏജ് എന്ന സഹോദരിയും ലാസർ എന്ന സഹോദരനും മേരിതെരേസക്കുണ്ടായിരുന്നു.

ഒരു ധനികകുടുംബമായിരുന്നു മേരിതെരേസയുടേത്. അച്ഛൻ നിക്കോളാസ് ബൊജാക്സ്യു ഒരു വ്യാപാരിയാണ്.

സ്കോപ്ജെ പട്ടണത്തിലെ ഏറ്റവും ധനികനായ വ്യാപാരി അദ്ദേഹമായിരുന്നു. ഒരു കെട്ടിടനിർമ്മാണ കോൺട്രാക്ടർ കൂടിയായ നിക്കോളാസ് ബൊജാക്സ്യുവാണ് സ്കോപ്ജെ പട്ടണത്തിലെ ആദ്യത്തെ തീയറ്റർ പണി കഴിപ്പിച്ചത്. അവരുടേതായ സ്ഥാപനങ്ങൾ ആ പട്ടണത്തിൽ മാത്രമല്ല, അയൽ പട്ടണങ്ങളിലും ഖ്യാതി പരത്തിയിരുന്നു. നിക്കോളാസ് ബൊജാക്സ്യു നഗരഭരണസമിതിയിലെ അംഗം കൂടിയായിരുന്നു. അവരുടെ മാതൃഭാഷ അൽബേനിയ ആയിരുന്നു. നിക്കോളാസ് ബൊജാക്സ്യുവിന് അൽബേനിയ കൂടാതെ ടർക്കിഷ് ഭാഷയും സെർബിയൻ ക്രൊയേഷ്യൻഭാഷയും വശമുണ്ടായിരുന്നു. മാത്രമല്ല അദ്ദേഹം വലിയ ദാനശീലനും സാധുക്കളോട് കരുണയോടുകൂടി പെരുമാറുന്നവനുമായിരുന്നു. ഇതെല്ലാം കൊച്ചുതെരേസയെ എത്രമാത്രം സ്വാധീനിച്ചിട്ടുണ്ടെന്ന് വ്യക്തമാണല്ലോ.

അവരുടെ വീട് ഒരു വലിയ തോട്ടത്തിനുനടുവിൽ വിശാലവും മനോഹരവുമായ ഉദ്യാനത്തിനരികിലായിരുന്നു. അക്കാലത്തെ ആ പട്ടണത്തിലെ ഏറ്റവും മുന്തിയ ഗൃഹങ്ങളിലൊന്നായിരുന്നു അത്. പിൽക്കാലത്ത് ഇതെല്ലാം വേണ്ടെന്ന് വച്ച് കീറിത്തുന്നിയ മൂന്നു സാരികളിലും ഒരു പഴയപുൽപായയിലും മരപ്പിടിയുള്ള ഒരു സഞ്ചിയിലും തന്റെ ഭൗതികസൗകര്യങ്ങൾ ഒതുക്കിത്തീർത്ത മഹതിയായ തെരേസ ദാരിദ്ര്യത്തെ മനഃപൂ

ർവം പുണരുകയായിരുന്നു. പക്ഷേ അത് എല്ലാ വരും വിചാരിക്കുന്നതുപോലെ ദാരിദ്ര്യമല്ലായി രുന്നു മഹത്തായ ലാളിത്യമായിരുന്നു.

സേക്രട്ട് ഹാർട്ട് പള്ളിയിലായിരുന്നു കൊച്ചുമേ രിയുടെ ആദ്യകാല വിദ്യാഭ്യാസം. പിന്നീട് സ ർക്കാർ വക സ്കൂളിലെ പഠനം. സർക്കാർ സ്കൂളിൽ മാധ്യമം സെർബിയൻ ക്രോയേഷ്യൻ ഭാഷയാ യിരുന്നു. ഇടവകപ്പള്ളിയിൽ നിന്ന് മേരിതെരേ സക്ക് കാര്യമായ മതപഠനം ലഭിച്ചു. വീട്ടിൽഅ മ്മയാണെങ്കിൽ കടുത്ത വിശ്വാസി. പല ചിട്ടക ളും അമ്മയിൽ നിന്നാണ് മേരിതെരേസ സ്വന്ത മാക്കിയത്. മേരി തെരേസക്ക് ജനിച്ചസമയത്ത് ഇ ട്ട പേര് ആഗ്നസ് എന്നായിരുന്നു. പക്ഷേ തെരേസ യെ സഹോദരങ്ങളായ ലാസറും ഏജും വിളിച്ചി രുന്നത് ഹോങ്സ് എന്നായിരുന്നു.ഹോങ്സിന്റെ അർത്ഥം പൂമൊട്ട് എന്നാണ്.

രണ്ട്

ജാം മോഷ്ടിക്കാത്ത കുട്ടി

സഹോദരൻ ലാസറും സഹോദരി ഏജും പൂമൊ
ട്ട് എന്ന അർത്ഥത്തിൽ ഹോങ്സ് എന്നാണ് തെ
രേസയെ വിളിച്ചിരുന്നത് എന്നു പറഞ്ഞല്ലോ. കാ
രണം ഏറ്റവും ഇളയവളായ മേരിതെരേസ ചുവ
ന്നുതുടുത്ത് ഒരു കുഞ്ഞുമാലാഖക്കുട്ടിയേപോ
ലെയാണിരുന്നത്. അവളുടെ ഏറ്റവും വലിയപ്ര
ത്യേകത വൃത്തിയായിരിക്കുക എന്നുള്ളതാണ്.
അത് പിൽക്കാലത്തും മദറിന്റെ ജീവിതത്തിൽ
കാണാമായിരുന്നു. മദറിന്റെ നീലക്കരയുള്ള സാ
രി കീറിത്തുന്നിയതായിരിക്കും, പക്ഷേ അത് അ
ലക്കിവെടിപ്പാക്കിയ വസ്ത്രമായിരിക്കും. കൊ
ച്ചുതെരേസയുടെ രണ്ടാമത്തെ പ്രത്യേകതദീനാ
നുമ്പ തന്നെ. അച്ഛന് പാവങ്ങളോട് ഉണ്ടായിരുന്ന
വലിയ അനുകമ്പയെ മകൾ ശക്തമായി അനുക
രിച്ചു. മൂന്നാമത്തെ കാര്യം ദൈവവിശ്വാസം. അ
തിൽ ഒരു വിട്ടുവീഴ്ചയും കൊച്ചുതെരേസ വരു
ത്തിയില്ല. ദൈവവിശ്വാസത്തിൽ അവളുടെ മാ
ർഗ്ഗദർശി അമ്മ ഡ്രാനാഫിൽ ബെർണായ്ക്കനെ
ആയിരുന്നു. ശക്തമായ മൂല്യബോധവും ഉന്നത
മായ വിവേകവും ഇച്ഛാശക്തിയും കൊച്ചുതെരേ
സയുടെ അമ്മയുടെ എടുത്തുപറയത്തക്ക മേ ;
കളായിരുന്നു. കൊച്ചുതെരേസയും സഹോദര

ങ്ങളും അമ്മയെ സ്നേഹപൂര്‍വം നാനാലോക് എന്നാണ് വിളിച്ചിരുന്നത്.

ഒരു നാള്‍ അച്ഛനും അമ്മയും സ്കോപ്ജെയിലെ ഒരു ബിസിനസ് സുഹൃത്തിന്റെ രോഗബാധിത യായ അമ്മയെ സന്ദര്‍ശിക്കാന്‍ പട്ടണപ്രാന്തത്തി ലെ സുഹൃത്തിന്റെ ഗൃഹത്തിലേക്ക് പോയപ്പോ ള്‍ വീട്ടില്‍ കുട്ടികള്‍ തനിച്ചായി. പരിചാരകര്‍ എ വിടേയോ പോയ തക്കം നോക്കി ലാസറുംഏജും കൂടി ഒരു പണിയൊപ്പിച്ചു.

അവര്‍ ഇരുവരും പമ്മിപമ്മി പോകുന്നതുകണ്ട് കൊച്ചുതെരേസ ചോദിച്ചു: "ചേട്ടനും ചേച്ചിയും ഈ വിധത്തില്‍ നടന്നു നടന്ന് എങ്ങോട്ടുപോകു ന്നു?"

"നീയവിടെ മിണ്ടാതിരി."

ലാസര്‍ പറഞ്ഞു.

പിന്നെ കൊച്ചുതെരേസ ഒന്നും മിണ്ടിയില്ല. അവ ള്‍ അവിടെ മട്ടുപ്പാവിലെ കൊച്ചുദ്യാനത്തിലിരു ന്ന് അമ്മകൊടുത്ത യേശുവിന്റെ ചിത്രകഥപുസ്ത കം ആകാംക്ഷയോടെ വായിച്ചുകൊണ്ടിരുന്നു. കുറച്ചുകഴിഞ്ഞപ്പോള്‍ ചേട്ടനും ചേച്ചിയും മട ങ്ങി വന്നു. കൈയ്യില്‍ ഒരു ഓറഞ്ച് ജാം കുപ്പിയു മുണ്ടായിരുന്നു. ഇരുവരും അടുക്കളയിലെ സ്റ്റോ ര്‍റൂമില്‍ പോയി മോഷ്ടിച്ചുകൊണ്ടുവന്നതാണത് . അവര്‍ കൊച്ചുതെരേസക്കടുത്തുവന്നിരുന്ന ജാം കഴിക്കാന്‍ തുടങ്ങി.

"നിനക്കു വേണ്ടേ ഹോങ്ക്സ്..?"

"എനിക്കു വേണ്ട."

പരുഷമായിരുന്നു കൊച്ചുതെരേസയുടെ മറുപ
ടി.
" ഉം. അതെന്താ? ജാം ഇഷ്ടപ്പെടാത്ത പിള്ളേരാരു
മില്ല. "
ഏജ് പറഞ്ഞു.
" എനിക്ക് ജാം ഇഷ്ടമല്ലെന്ന് ഞാൻ പറഞ്ഞില്ലല്ലോ.
 പക്ഷേ മോഷ്ടിച്ചുകഴിക്കുന്നത് എനിക്കിഷ്ടില്ല. "
ലാസറും ഏജും സ്തംഭിച്ചുപോയി.
" നീയെന്താ ഹോക്സ് വലിയ കാര്യങ്ങൾ പറയു
ന്നത്? "
" അമ്മ പറഞ്ഞിട്ടില്ലേ, മോഷ്ടിക്കുന്നത് തെറ്റാ
ണെന്നും പാപമാണെന്നും. "
കൊച്ചുതെരേസ അതുപറഞ്ഞതോടെ സഹോദ
രങ്ങളുടെ തല താണു.സഹോദരി ഏജ് പിന്നീ
ടൊരിക്കലും അതിന് മുതിർന്നിട്ടില്ല. കൊച്ചുതെ
രേസയുടെ വാക്കുകൾ അവളെ വല്ലാതെ സ്പർശി
ച്ചു. പക്ഷേ ലാസർ ഒരു തവണ കൂടി ആ തെറ്റ്
ആവർത്തിച്ചു.
ആ കഥ ഇനി പറയാം.

മൂന്ന്
ലാസർ   പലഹാരം   മോഷ്ടിക്കുന്നു

ലാസറും ഏജും കൂടി ജാം മോഷ്ടിച്ച വിവരം

കൊച്ചുതെരേസ അമ്മ വരുമ്പോള്‍ പറഞ്ഞു കൊടുക്കുമെന്ന് ഇരുവരും ഭയപ്പെട്ടെങ്കിലും അ തുണ്ടായില്ല. ഏജ് അതോടെ കട്ടുതിന്നുന്ന പിരി പാടി നിര്‍ത്തി. പക്ഷേ ലാസര്‍ ആ പണി തുട രന്നുകൊണ്ടേയിരുന്നു. ജാം മാത്രമല്ല, അമ്മ ഉ ണ്ടാക്കിവച്ചപലഹാരങ്ങളും പുള്ളിക്കാരന്‍ കട്ടു തിന്നുമായിരുന്നു. കൊച്ചുതെരേസക്ക് ഒട്ടും ഇഷ്ട പ്പെടാത്ത ഒരു കാര്യമുണ്ടായിരുന്നു. പിറ്റേന്ന് പ ള്ളിയില്‍ കുര്‍ബാനയുണ്ടെങ്കില്‍ അത്താഴശേ ഷം ഭക്ഷണമൊന്നും തൊടരുതെന്നാണ് നിയമം. പക്ഷേ ലാസര്‍ പലപ്പോഴും ഇത് തെറ്റിക്കും. അവ ന്‍അത്താഴം കഴിച്ചുകഴിഞ്ഞ് പമ്മിച്ചെന്ന് പല ഹാരങ്ങല്‍ കട്ടുതിന്നും. പിറ്റേന്ന് കുര്‍ബാന ഉ ണ്ടെങ്കിലും ശരി ഇല്ലെങ്കിലും ശരി.
ഒരു ദിവസം അമ്മ കുട്ടികളെ വിളിച്ച് കര്‍ശന നിര്‍ദ്ദേശം നല്‍കി.
" കുട്ടികളേ നാളെ കുര്‍ബാനയുള്ളതാണ്. വ്രത വും ചിട്ടയുമൊന്നും തെറ്റിക്കരുത്. "
" ശരിയമ്മേ. "
കുട്ടികള്‍ എല്ലാവരും തലകുലുക്കി.

അമ്മ ലാസറിന്റെ തലയിൽ ഒരു കിഴുക്കുകൊടു
ത്തിട്ടു പറഞ്ഞു : " നിന്നോടാണ് ഞാൻ പറഞ്ഞി
രിക്കുന്നത്. "
ലാസർ തലകുനിച്ച് ഏജിനേയും കൊച്ചുതെരേ
സയേയും ഇടംകണ്ണിട്ട് നോക്കി.
കൊച്ചുതെരേസയുടെ ചുണ്ടിൽ ഒരു ചിരി വിരി
ഞ്ഞു.

അന്നു രാത്രി പ്രാർത്ഥനക്ക് ശേഷം അത്താ
ഴം കഴിച്ച് എല്ലാവരും ഉറങ്ങാൻ പോയി. കുട്ടിക
ൾ മൂന്നുപേരും ഒരു മുറിയിലാണ് ഉറങ്ങുന്നത്.
കൊച്ചുതെരേസ കണ്ണുപൂട്ടി ഉറങ്ങിയതുപോലെ
കിടന്നു. അവൾക്കറിയാം ഇപ്പോൾ എന്താണു ഉ
ണ്ടാകാൻ പോകുന്നതെന്ന്. പ്രതീക്ഷിച്ചതുപോ
ലെതന്നെ സംഭവിച്ചു. ലാസർ മെല്ലെ കട്ടിലിൽ
നിന്ന് എഴുന്നേറ്റു. ജനാലയിലൂടെ അരണ്ട നാട്ടു
വെളിച്ചം മുറിയിൽ കടന്നുവരുന്നുണ്ട്. ലാസർ
വാതിൽ മെല്ലെ തുറന്ന് പുറത്തിറങ്ങി. ശബ്ദമു
ണ്ടാക്കാതെ കൊച്ചുതെരേസയും പുറത്തിറങ്ങി.
ലാസർ നേരേ അടുക്കളയിലേക്ക് നടക്കുകയാ
ണ്.കൊച്ചുതെരേസ പിന്നാലെ നടന്നു. ലാസർ
സ്റ്റോറിൽ നിന്ന് പലഹാരപാത്രമെടുത്ത് തുറക്കാ
ൻ നേരം കൊച്ചുതെരേസ അടുക്കളയിലെ റാന്ത
ൽ വിളക്കിന്റെ തിരിയുയർത്തി.
ലാസർ ഞെട്ടിപ്പോയി.
" ഹോങ്ക്സ് നീയെന്താ ഇവിടെ. മനസിലായി. പല
ഹാരം നിനക്കും വേണം അല്ലേ..? "
കൊച്ചുതെരേസ ഒന്നും മിണ്ടാതെ കൈയ്യെത്തി

ച്ച് ജ്യേഷ്ഠന്റെ ചെവിയില്‍ പിടികൂടി വിരലുകള്‍ കൊണ്ട് ഇറുക്കി.

" നാളെ കുര്‍ബാനയുള്ളതാണെന്ന് ചേട്ടനറിയി ല്ലേ. അമ്മ പറഞ്ഞിട്ടില്ലേ ഈ പണി കാണിക്കരു തെന്ന്. "

" ഹോ നീ വിട് ഹോങ്സ്. വേദനിക്കുന്നു. "

" വിടില്ല. ആ പലഹാരപാത്രം അവിടെ വച്ച് സ്റ്റോ ര്‍ പൂട്ട്. "

ലാസര്‍ പലഹാരപാത്രം സ്റ്റോറില്‍ വച്ച് പൂട്ടി. ഒരു പലഹാരം പോലും തിന്നാന്‍ കൊച്ചുതെരേസ അവനെ സമ്മതിച്ചില്ല. ലാസര്‍ ഇളിഭ്യതയോടെ ചോദിച്ചു: " ഹോങ്സ് നീയിത് അമ്മയോട് പറയു മോ? "

" ചിലപ്പോള്‍ പറയും. "

" പറയരുത് ഹോങ്സ്. "

" ഉറപ്പൊന്നും പറയില്ല. പക്ഷേ ചേട്ടന്‍ സത്യം ചെ യ്യണം. ഇനി കട്ടു തിന്നില്ലെന്ന്. "

ലാസര്‍ കൊച്ചുതെരേസയുടെ തലയില്‍ കൈവ ച്ച് സത്യം ചെയ്തു. കൊച്ചുതെരേസ ഇക്കാര്യം അ മ്മയോട് പറഞ്ഞില്ല. അതില്‍ പിന്നീട് ഒരിക്കലും ലാസര്‍ പലഹാരങ്ങളോ ജാമോ മോഷ്ടിച്ചില്ല. ലാ സര്‍ ഒരു അഭിമുഖത്തില്‍ വെളിപ്പെടുത്തിയ ക ഥയാണിത്.

നാല്
അച്ഛന്റെ   ബിസിനസ്   തകരുന്നു

അച്ഛന്‍ നിക്കോളാസ് ബൊജാക്സ്യൂവിന്റെ കച്ച
വടത്തിന് ഒരു പങ്കാളിയുണ്ടായിരുന്നു. അയാള്‍
ബിസിനസില്‍ കൂട്ടുചേര്‍ന്നിട്ട് അധികനാളായി
ട്ടില്ല. ബിസിനസ് പൊടുന്നനേ നഷ്ടത്തിലേക്ക് കൂ
പ്പുകുത്തി. പങ്കാളിയെ വേണ്ടവിധം മനസിലാ
ക്കാന്‍ ബൊജാക്സ്യൂവിനായില്ല. ബിസിനസി
ലെതകര്‍ച്ച അദ്ദേഹത്തെ ശരിക്കും ബാധിച്ചു.
ആ മനുഷ്യന്‍ തകര്‍ന്നുപോയി. 1917ല്‍ കൊച്ചു
തെരേസക്ക് കേവലം ഏഴുവയസ്സുള്ളപ്പോള്‍ അ
ദ്ദേഹം അന്തരിച്ചു. ബിസിനസ് പങ്കാളിയുടെ ച
തിവ് പിന്നീടാണ് ആ കുടുംബത്തിന് മനസിലാ
യത്. ബൊജാക്സ്യൂവിന്റെ എല്ലാ സ്വത്തുക്കളും
വലിയതോട്ടമടക്കമുള്ള വീടും ബിസിനസ് പ
ങ്കാളി കൈവശപ്പെടുത്തി. തെരുവിലേക്കിറ
ങ്ങേണ്ടി വരുമെന്ന് മനസിലായപ്പോള്‍ കൊച്ചു
തെരേസയുടെ അമ്മ ഡ്രാനാഫില്‍ നിയമസഹാ
യം തേടി. നിയമം കുറച്ച് കരുണ കാട്ടി. പാര്‍ക്കു
ന്നവീട് മാത്രം അനുവദിച്ചുകിട്ടി. ബാക്കിയെ
ല്ലാംപങ്കുകച്ചവടക്കാരന്‍ കൊണ്ടുപോയി.

ഇനി എങ്ങനെയാണ് ജീവിക്കുക എന്ന വലിയ
ചോദ്യം ഡ്രാനാഫിലിനു മുന്നില്‍ ഒരു ഭീകരസ
ത്വം പോലെ വന്നു നിന്നു. ഒന്നാമത് ഭര്‍ത്താവ്
പൊടുന്നനേ മരിച്ച ഷോക്ക്. അതില്‍ നിന്നും വി
ടുതല്‍ കിട്ടുന്നതിനുമുമ്പേ ബിസിനസ് പങ്കാളി

യുടെ ചതി. ഇതിനെയെല്ലാം ഡ്രാനാഫിൽഅതി ജീവിച്ചത് കടുത്ത ഇച്ഛാശക്തിയും ദൈവത്തിലു ള്ള വിശ്വാസവും കൊണ്ടു മാത്രമായിരുന്നു. കൈയ്യിലെ ചില്ലറ സമ്പാദ്യങ്ങൾ കൊണ്ട് എം ബ്രോയ്ഡറി ചെയ്യുന്ന ഒരു ചെറിയ കട അവർ തുട ങ്ങി.

തുടക്കത്തിൽ ഒരു ചെറിയ മുറിയിലായിരുന്ന ആ കട എംബ്രോയ്ഡറി തുണിത്തരങ്ങൾ സ്കോ പ്ജെയിലും സമീപപട്ടണങ്ങളിലും വിതരണം ചെയ്യാൻ കഴിയുന്ന നിലയിലേക്ക് ക്രമേണ വിക സിച്ചു. ഒരു സ്ത്രീക്ക് പ്രത്യേകിച്ച് ഒരു വിധവക്ക് ജീവിക്കാനും മക്കളെ വളർത്താനും വേണ്ടിലോ കത്തെ എങ്ങനെ പൊരുതി കീഴടക്കാൻ കഴി യും എന്ന് ഡ്രാനാഫിൽ തെളിയിച്ചു. ആ മാതാ വിൽ നിന്ന് പഠിച്ച പ്രായോഗികബുദ്ധിയും ആ ർജ്ജവവും അത്രയുമോ അതിനേക്കാളേറേയോ ഏഴുവയസ്സുകാരിയായ കൊച്ചുതെരേസയിൽ ആഴ്ന്നിറങ്ങിയിരുന്നു എന്ന് പിൽക്കാലത്തെമദ റിന്റെ സംഘടനാമികവിൽ നിന്ന് മനസിലാക്കാ ൻ കഴിയും.

ഏഴ്
ദൈവത്തിന്റെ വിളി

കൊച്ചുതെരേസ പഠനത്തോടൊപ്പം അമ്മയുടെ ബിസിനസ് കണ്ടുപഠിച്ചു. കൈവേലകളേക്കാളു പരി കൊച്ചുതെരേസയെ സ്വാധീനിച്ചത് സമൂഹ വുമായി ഇടപഴകി ബിസിനസ് നടപ്പാക്കി എടു ക്കുന്ന അമ്മയുടെ സംഘാടനപാടവമാണ്. പി ന്നെ അമ്മയുടെ ദൈവവിശ്വാസവും.കൊച്ചുതെ രേസ വളരുന്തോറും പുസ്തകങ്ങളെ ആശ്രയിച്ചു. ഇടവകപ്പള്ളിയിലെ ഗ്രന്ഥശാല അവളുടെ സ്ഥി രം താവളമായി മാറി. കൊച്ചുതെരേസയെ കാ ണാതായില്‍ ആദ്യം അന്വേഷിക്കുക പള്ളി ഗ്ര ന്ഥശാലയിലാകും. അവളവിടെ ഉറപ്പാകും ഉ ണ്ടാകും.

കൊച്ചുതെരേസക്ക് പന്ത്രണ്ടു വയസ്സായി. ഒരു രാത്രി അവള്‍ക്ക് ഉറങ്ങാനായില്ല. അപ്പോഴേക്കും ഓരോരുത്തര്‍ക്കും ഓരോ മുറി അനുവദിച്ചുകി ട്ടിയിരുന്നു. അത് നിലാവുള്ള ഒരു രാത്രിയായിരു ന്നു. രണ്ടാം നിലയിലെ ഉറക്കമുറിയിലെ തുറന്ന ജാലകത്തിലൂടെ നിലാവ് കൊച്ചുതെരേസയെത ലോടിക്കൊണ്ടിരുന്നു.

അവള്‍ വെളുത്തപക്ഷത്തിലെ പൂര്‍ണചന്ദ്രനെ നോക്കിക്കൊണ്ട് കിടക്കവേ അമ്പിളിമാമന്‍ ചിറ കുകള്‍ വച്ച് തന്റെ മുറിയിലേക്ക് പറന്നിറങ്ങുന്ന തായി അവള്‍ക്ക് തോന്നി. അതെ അത് കണ്ണഞ്ചി

ക്കുന്ന വെള്ളിവെളിച്ചം പ്രസരിപ്പിക്കുന്ന ഒരു വെള്ള പ്രാവായിരുന്നു. അത് വെളിച്ചംപ്രവഹി പ്പിച്ചുകൊണ്ട് മുറിയിൽ നിറഞ്ഞുനിന്ന് അവളു ടെ മൂർദ്ധാവിൽ ചുംബിച്ചു. എന്തോ അനിർവച നീയമായ ഒരു അനുഭൂതി തന്നിൽ

പടര്‍ന്നുകയറുന്നതായി കൊച്ചുതെരേസക്ക് തോന്നി. സ്വപ്നാടനത്തിലെന്ന പോലെയായിരു ന്നു അത്. ഒരു പ്രാവാണോ ഒരു മാലാഖയാണോ അതെന്ന് തീര്‍ച്ചപ്പെടുത്താന്‍ കഴിഞ്ഞില്ല. എന്താ യാലും അത് ദൈവം അയച്ച ഒരു ദൂതനായിരു ന്നു എന്ന് കൊച്ചുതെരേസക്ക് ഉറപ്പായി. ആ രാ ത്രിഅവല്‍ തീരുമാനിച്ചു. തന്നെ ദൈവത്തിന് സമര്‍പ്പിക്കുക. അതിന് ക്രിസ്തുവിന്റെ മണവാട്ടി യാകുക. ക്രിസ്തുവിനെ ഭര്‍ത്താവായി വരിക്കുക. അവള്‍ പിറ്റേന്ന് ഈ കാഴ്ചയും തന്റെ ആഗ്രഹവും അമ്മയെ അറിയിച്ചു. എന്നാല്‍ പന്ത്രണ്ടു വയസ്സു ള്ള കൊച്ചുകുട്ടിയെന്ന നിലയില്‍ അവളുടെആ ഗ്രഹത്തെ അമ്മ പ്രോത്സാഹിപ്പിച്ചില്ല.

എന്നാല്‍ അമ്മയും മകളും ഇടവകപ്പള്ളിയി ലെ പിരിപാടികളില്‍ മുഴുകി. അവിടത്തെ പ്രധാ നപുരോഹിതനായ ഫാദര്‍ ജാംബ്രന്‍ കോവിക് മേരിതെരേസയുടെ ജീവിതത്തില്‍ വലിയ സ്വാ ധീനം ചെലുത്തി. കൗമാരം പിന്നിട്ടതോടെ തെ രേസ കുട്ടികള്‍ക്ക് സണ്‍ഡേ ക്ലാസെടുക്കാന്‍തു ടങ്ങി. യുവതിയായതോടെ മേരിതെരേസ ഉറപ്പി ച്ചു, തന്റെ ജീവിതം ദൈവവഴിയില്‍ തന്നെ. ഫാദ ര്‍ ജാംബ്രന്‍ കോവികിന്റെ നേതൃത്വത്തില്‍ ഇടവ കപ്പള്ളിയില്‍ സൊഡാലിറ്റി എന്ന സംഘടനയു ടെ ശാഖ പ്രവര്‍ത്തിക്കുന്നുണ്ട്. ആ സംഘടനയു മായി മേരിതെരേസ ഇടപഴകി. അവിടെനിന്നാ ണ് ക്രിസ്തീയപുണ്യവാളന്മാരെക്കുറിച്ചും മിഷണ

റിമാരെക്കുറിച്ചും അവൾ കൂടുതലായി പഠിക്കു
ന്നത്. താനും അങ്ങനെയാകും എന്ന് അവൾ ആ
ശിച്ചു. അവൾ അമ്മയോട് തന്റെ നിലപാട് ഇപ്പോ
ൾ ആവർത്തിച്ചു.

" എന്റ അമ്മേ എനിക്ക് ഒരു കന്യാസ്ത്രീയാക
ണം. ക്രിസ്തുവിന്റെ മണവാട്ടിയായുള്ള ജീവിത
മാണ് ഞാൻ ആഗ്രഹിക്കുന്നത്. അമ്മ എന്നെ അ
തിന് അനുവദിക്കണം. "

പന്ത്രണ്ടാം വയസ്സിൽ അവൾക്ക് ദൈവവിളി ഉ
ണ്ടായി എന്നത് മനസിൽ സൂക്ഷിച്ചിരുന്ന അമ്മ
ഇക്കാര്യത്തിൽ ഒരു തീരുമാനമെടുക്കാൻ വേ
ണ്ടി ഇരുപത്തിനാലു മണിക്കൂർ നേരം അവരു
ടെ മുറിയിൽ കയറി കതകടച്ചിരുന്ന് ഒറ്റക്ക് ധ്യാ
നിച്ചു. അതിൽ മേരിതെരേസയുടെ പാത എന്നെ
ന്ന്അമ്മക്ക് വെളിപ്പെട്ടു. അമ്മ കതകു തുറന്നു
പുറത്തിറങ്ങും വരെ മേരിതെരേസ ആ കതകി
നു മുന്നിൽ കാവലിരുന്നു. കതകു തുറന്നു പുറ
ത്തിറങ്ങിയ ഡ്രാനാഫിൽ മേരിതെരേസയുടെ
തലയിൽ കൈവച്ച് അനുഗ്രഹിച്ചു.

എന്നിട്ട് പറഞ്ഞു: " നീ നിന്റെ ശരിയായ വഴി തെ
രഞ്ഞെടുത്തിരിക്കുന്നു. ഇനി നീ യേശുവിന്റെ മ
ണവാട്ടിയാകുക. "

അമ്മയുടെ സമ്മതം മേരിതെരേസയുടെ സ
ന്തോഷം നൂറിരട്ടിയാക്കി. അവൾ ഫാദർ ജാംബ്രെ
ൻ കോവികിന്റെ അടുത്തെത്തി വിവരം പറ

ഞു. ബംഗാളിലെ ലൊറെറ്റോ മഠത്തിലേക്ക് അ
പേക്ഷ അയക്കാനായിരുന്നു ഫാദറിന്റെ നിർദ്ദേ
ശം. ഫാദർ ഇക്കാര്യം പറഞ്ഞ് മഠത്തിലേക്കക
ത്തെഴുതാനും തയ്യാറായി.

എട്ട്
കൽക്കത്തയിലേക്ക്

ബംഗാളിലെ ലൊറെറ്റോ മഠത്തിൽ നിന്നും മേ
രി തെരേസക്ക് മറുപടിക്കത്ത് വന്നു. അയർല
ൻഡിലെ റാഥ്ഫർമാനിലുള്ള ലൊറെറ്റോ ശാഖ
യിൽ എത്തിച്ചേർന്ന് ഇംഗ്ലീഷ് പഠിച്ചിട്ട് കൽക്ക
ത്തയിലേക്ക് വരിക എന്നായിരുന്നു മറുപടിക്ക
ത്തിന്റെ ഉള്ളടക്കം.

1928 സെപ്റ്റംബർ 26ന് മേരിതെരേസയെ അമ്മ
യും സഹോദരനും ചേർന്ന് അയർലൻഡിലെ റാ
ഥ്ഫർമാനിലേക്ക് ട്രെയിൻ കയറ്റി വിട്ടു. റാഥ്ഫ
ർമാനിൽ രണ്ടുമാസം താമസിച്ചു. മദർ ബോർഗി
യാ ഇൽവിനായിരുന്നു അവിടെ മേരിതെരേസ
യെ ഇംഗ്ലീഷ് പഠിപ്പിച്ചത്. ഇംഗ്ലീഷ് ഭാഷ പെട്ടെ
ന്നുതന്നെ വശമാക്കിയ മേരിതെരേസ 1928 നവം
ബറിൽ ഇന്ത്യയിലേക്ക് കപ്പൽ കയറി. ഏഴ് ആഴ്ച
കൊണ്ട് ബോംബെയിലെത്തി. അവിടെ നിന്നും

ട്രെയിൻമാർഗ്ഗം കൽക്കത്തയിലെ ഹൗറാ സ്റ്റേഷ നിൽ വന്നിറങ്ങി. തികച്ചും വ്യത്യസ്ഥമായ സം സ്കാരമുള്ള കൽക്കത്തയിൽ വന്നിറങ്ങിയമേരി തെരേസയെ ആ പുതുലോകം പുതിയ കാഴ്ചകൾ കാണിച്ച് ആ ലോകത്തിൽ അലിഞ്ഞുചേരാൻ ക്ഷണിച്ചു. അന്ന് ദാരിദ്ര്യത്തിന്റേയും ക്ഷാമത്തി ന്റേയും രോഗത്തിന്റേയും വിളനിലമായിരുന്നു കൽക്കത്ത. ബ്രിട്ടീഷ് ഭരണത്തിന്റെ നിരന്തരചൂ ഷണങ്ങളിൽ രക്തവും മാംസവും മജ്ജയുംവറ്റി പ്പോയ എല്ലിൻകൂട് മാത്രമായിരുന്നു കൽക്കത്ത.

ലൊറെറ്റോ മഠം ഡാർജിലിംഗിലായിരുന്നു. ക ൽക്കത്തയിൽ നിന്നും ബസ്മാർഗ്ഗം മേരിതെരേസ ഡാർജിലിംഗിലെ കാഞ്ചൻ ജംഗ കൊടുമുടിയു ടെ അടിവാരത്തിലുള്ള ലൊറെറ്റോ മഠത്തിലെ ത്തി.

അതൊരു സുഖവാസകേന്ദ്രമായിരുന്നു. മഞ്ഞു മൂടിയ സുഖകരമായ കാലാവസ്ഥ. കൽക്കത്ത ബ്രിട്ടീഷ് വൈസ്രോയിയുടെ ആസ്ഥാനമായിരു ന്ന കാലത്ത് ഡാർജിലിംഗ് ഉഷ്ണകാലത്തെ അവരു ടെ സുഖവാസകേന്ദ്രവും ആസ്ഥാനവുമായിരു ന്നു. അതുകൊണ്ട് ആ സ്ഥലത്തിന് വളരെപ്രാമു ഖ്യമുണ്ടായിരുന്നു.

ലൊറെറ്റോയിൽ എത്തിപ്പെട്ട മേരിതെരേസ ക്ക് കിട്ടിയ ആദ്യജോലി കോൺവെന്റിലെ കുട്ടി കളെ പഠിപ്പിക്കലായിരുന്നു. അക്കാലത്ത് ഡാ ർജിലിംഗ് പ്രശസ്ത ബ്രിട്ടീഷ് ഇംഗ്ലീഷ് സ്കൂളുകളു ടെ കേന്ദ്രമായിരുന്നു. അത്തരമൊരു സ്കൂളിലാണ് മേരിതെരേസയും ചെന്നുപെട്ടത്. സമ്പന്നൻമാരു ടെമക്കൾ പഠിക്കുന്ന സ്കൂൾ കൂടാതെ മഠത്തിന് വേറൊരു സംവിധാനം കൂടിയുണ്ടായിരുന്നു. പാ വപ്പെട്ട കുട്ടികൾക്ക് സൗജന്യ വിദ്യാഭ്യാസം ന ൽകുന്ന ഒരു ചെറിയ പാഠശാല മഠത്തോടനുബ ന്ധിച്ച് പ്രവർത്തിച്ചിരുന്നു. മഠത്തിൽ ചേരുന്ന ക ന്യാസ്ത്രീകൾ എല്ലാ ദിവസവും രണ്ടോ മൂന്നോ മണിക്കൂർ ഈ പാഠശാലയിലും പഠിപ്പിച്ചിരുന്നു. മേരിതെരേസക്ക് ഏറെ പ്രിയങ്കരമായി തോന്നി യത് ഇതാണ്.

ആ മഠത്തിൽ വച്ച് മേരിതെരേസ ബംഗാളി യും ഹിന്ദിയും വശമാക്കി. 1931 മേയ് 24 ന് മേരി തെരേസ ആദ്യ വ്രതവാഗ്ദാനമെടുത്തു. 1927 ൽ വത്തിക്കാനിൽ വച്ച് വാഴ്ത്തപ്പെട്ട തെരേസാ മാ

ർട്ടിൻ എന്ന ഫ്രെഞ്ച് കന്യാസ്ത്രീയുടെ നാമമാണ് തെരേസ എന്ന പേരിൽ മേരിതെരേസ സ്വീകരി ച്ചത്.അങ്ങനെ മേരിതെരേസ സിസ്റ്റർ തെരേസ യായി. ലൊറെറ്റോ കോൺവെന്റിലെ അനാഥരാ യ അന്തേവാസികൾക്കൊപ്പം കഴിഞ്ഞ ആ നാളു കൾ സിസ്റ്റർ തെരേസയുടെ ജീവിതത്തെ വേണ്ട രീതിയിൽ വാർത്തെടുക്കാനുതകുന്നതായിരു ന്നു.

ഡോട്ടേഴ്സ് ഓഫ് സെന്റ്. ആൻ എന്നായിരുന്നു ലൊറെറ്റോ കോൺവെന്റിലെ ആ സന്യാസിനീ സമൂഹത്തിന്റെ പേർ. അവരുടേത് യൂറോപ്യൻ വ സ്ത്രധാരണരീതിയായിരുന്നില്ല. ഇൻഡ്യൻ രീതി യിലുള്ള സാരിയായിരുന്നു വേഷം. മൗറീഷ്യസി ൽ നിന്നും വന്നു ചേർന്ന മദർ ഡ്യൂസെനാക്കിൽ ആയിരുന്നു അവിടത്തെ മദർ സുപ്പീരിയർ.

ഡാർജിലിംഗിലെ ലൊറെറ്റോ കോൺവെന്റി ൽ നിന്ന് സിസ്റ്റർ തെരേസക്ക് പുതിയ നിയോഗ മെത്തി. കൽക്കത്താപട്ടണത്തിന്റെ പ്രാന്തപ്രദേ ശമായ എന്റല്ലി എന്ന സ്ഥലത്തെ സെന്റ്മേരീസ് കോൺവെന്റിൽ പഠിപ്പിക്കുക. പതിനേഴുവർഷ ക്കാലമാണ് സിസ്റ്റർ തെരേസ സെന്റ്മേരീസ്കോ ൺവെന്റിന്റെ ഭാഗമായ സെന്റ്മേരീസ് സ്കൂളിൽ പ്രവർത്തിച്ചത്. അവിടെ അധ്യാപികയായി ചേ ർന്ന സിസ്റ്റർ തെരേസ പിന്നീട് അവിടത്തെ പ്രി ൻസിപ്പലായി. അച്ചടക്കം, കർശനമായ ജീവിത നിഷ്ഠ ഇതു രണ്ടും ജീവിതത്തിൽ ശക്തമായി നട

പ്പിലാക്കാന്‍ സിസ്റ്റര്‍ തെരേസക്ക് കഴിഞ്ഞത്എ
സ്റ്റല്ലിയിലെ പതിനേഴുവര്‍ഷക്കാലത്തായിരുന്നു.

ഒമ്പത്
രണ്ടാംലോകമഹായുദ്ധം

രണ്ടാംലോകമഹായുദ്ധം ആരംഭിച്ചു. ബ്രിട്ടന്റെ
എതിര്‍പക്ഷത്തായിരുന്ന ജപ്പാന്‍ ബര്‍മ പിടിച്ചെ
ടുത്തു. അതോടെ ചെറുത്തു നില്‍പിനായി ബ്രി
ട്ടീഷ് പട്ടാളം കല്‍ക്കത്താ നഗരത്തെ സേനാനീ
ക്കത്തിന്റെ കേന്ദ്രമാക്കി. കെട്ടിടങ്ങള്‍ പലതും പ
ട്ടാളം പിടിച്ചെടുത്തു. അക്കൂട്ടത്തില്‍എന്റല്ലിയി
ലെ ലൊറെറ്റോ കോണ്‍വെന്റ് കെട്ടിടവും പിടി
ച്ചെടുക്കപ്പെട്ടു. സിസ്റ്റര്‍ തെരേസയും കോണ്‍വെ
ന്റിലെ കുട്ടികളും ഒരു ചെറിയ കെട്ടിടത്തിലേ
ക്ക് മാറി.

ഏറ്റവും ഭീകരമായ പ്രശ്നത്തെ സിസ്റ്റര്‍ തെരേ
സയും ലൊറെറ്റോ കോണ്‍വെന്റും നേരിടാന്‍
പോകുന്നതേയുള്ളായിരുന്നു. ജലഗതാഗതവും
ബര്‍മയില്‍ നിന്നുള്ള അരിയുടേയും പലചരക്കു
സാധനങ്ങളുടേയും വരവും നിലച്ചതോടെ ബം
ഗാള്‍ രൂക്ഷമായ ഭക്ഷ്യക്ഷാമത്തിലേക്ക് നീങ്ങി.
അരി, തുണി തുടങ്ങിയ അവശ്യസാധനങ്ങളുടെ

വില കുതിച്ചുയർന്നു. കരിഞ്ചന്തയും പൂഴ്ത്തിവ
യ്പ്പും കൊള്ളയടിയും നാടാകെ നടമാടി. പിന്നീ
ടുള്ള നാളുകളിൽ കാശു കൊടുത്താലും ഭക്ഷ
ണം കിട്ടാനില്ലാത്ത സ്ഥിതിയായി.

ആളുകൾ പട്ടിണികൊണ്ട് മരിച്ചു വീണു. ബ്രി
ട്ടീഷ് ഗവൺമെന്റ് നാട്ടുകാരെക്കുറിച്ച് അൽപം
പോലും ചിന്തിച്ചില്ല. അവർ അവരുടെ യുദ്ധം വി
ജയിപ്പിക്കുന്നതിനെക്കുറിച്ച് മാത്രം ചിന്തിച്ചു. ര
ണ്ടുലക്ഷത്തോളം ആളുകൾ പട്ടിണികൊണ്ട്
ആ കാലയളവിൽ ബംഗാളിൽ മാത്രം മരിച്ചുവീ
ണു എന്നാണ് ബംഗാൾ ഗവൺമെന്റ് കണക്കാ
ക്കിയിരുന്നതെങ്കിലും യഥാർത്ഥത്തിൽ അതി
ന്റെ എത്രയോ ഇരട്ടി ആളുകളായിരുന്നു ആ ഭീക
രദുരന്തത്തിനിരയായത്.

ബംഗാളിലെ ഗ്രാമങ്ങളിൽ നിന്ന് പട്ടിണിമൂലം എല്ലാം വിറ്റുപെറുക്കി ആളുകൾ കൽക്കത്തിയി ലേക്ക് വന്നു. മഹാനഗരം പട്ടിണിയിൽ നിന്നും ര ക്ഷിക്കും എന്ന പ്രതീക്ഷയായിരുന്നു അവർക്ക്. പക്ഷേ പ്രതീക്ഷകളെല്ലാം നശിച്ചു. ഇതിനിടയി ൽ സിസ്റ്റർ തെരേസയും കോൺവെന്റിലെഇരു ന്നൂറ് അനാഥക്കുട്ടികളും വലഞ്ഞുപോയി. ദിവ സത്തിൽ ഒരിക്കലെങ്കിലും കുട്ടികൾക്ക് ഭക്ഷ ണം ഉറപ്പാക്കാൻ സിസ്റ്റർ തെരേസ ഓടി നടന്നു. 1 942 ൽ തുടങ്ങിയ ഭക്ഷണത്തിനും നിലനിൽപി നും വേണ്ടിയുള്ള പോരാട്ടം പത്തുവർഷക്കാലം നീണ്ടു നിന്നു. അതായത് 1947 ൽ ഇൻഡ്യക്ക്സ്വാ തന്ത്ര്യം കിട്ടിയതിനു ശേഷം ഒരു മൂന്നു വർഷം കൂടി അതു തുടർന്നു.

രണ്ടാംലോകമഹായുദ്ധം കൊടുമ്പിരികൊ ണ്ട് കയറുമ്പോൾ ബ്രിട്ടീഷ് ഗവൺമെന്റിൽ നിന്ന് ഇന്ത്യയെ മോചിപ്പിക്കാൻ ഗാന്ധിജിയുടെ നേതൃ ത്വത്തിൽ ശ്രമമാരംഭിച്ചു. ഒപ്പം മുഹമ്മദാലി ജി ന്ന മുസ്ലിംലീഗ് എന്ന പ്രസ്ഥാനവുമായി രംഗ ത്തെത്തി. 1947 ആഗസ്റ്റിൽ ബ്രിട്ടൻ ഇന്ത്യക്ക്സ്വാ തന്ത്ര്യം അനുവദിച്ചെങ്കിലും ഒരു ചതി കൂടി ചെ യ്തു. ഇന്ത്യയെ രണ്ടായി മുറിച്ചു. മുസ്ലിംകൾക്ക് ഒ രു രാജ്യം പ്രത്യേകം വേണമെന്ന് ജിന്നയുടെ വാ ശിയെ പ്രോത്സാഹിപ്പിച്ച ബ്രിട്ടൻ പിന്നീടു നടന്ന കടുത്ത വർഗ്ഗീയ ലഹളക്ക് വഴിമരുന്നിടുകകൂടി യായിരുന്നു ചെയ്തത്. പൂർവപാക്കിസ്ഥാനുംപ

ശ്ചിമപാക്കിസ്ഥാനുമായി രണ്ട് സ്ഥലങ്ങള്‍ മുസ്ലി ങ്ങള്‍ക്ക് നീക്കി വച്ചു. പടിഞ്ഞാറേ ഇന്ത്യയില്‍ പഞ്ചാബും കിഴക്കേ ഇന്ത്യയില്‍ ബംഗാളും ര ണ്ടായി മുറിച്ചു മാറ്റപ്പെട്ടു.

ബംഗാള്‍ മുറിച്ചപ്പോള്‍ ഉണ്ടായ പലായനം സി സ്റ്റര്‍ തെരേസയുടെ കണ്‍മുന്നിലൂടെയായിരുന്നു . ഏകദേശം പത്തുലക്ഷം ആളുകള്‍ പൂര്‍വബം ഗാളില്‍ നിന്ന് പശ്ചിമബംഗാളിലേക്ക് പലായനം ചെയ്തു. കല്‍ക്കത്ത തിങ്ങിനിറഞ്ഞു. കടത്തിണ്ണ കള്‍ പോലും കൈയ്യടക്കപ്പെട്ടു. രോഗവുംദാരി ദ്ര്യവും നടമാടി. ആ കാഴ്ചകള്‍ കണ്ട് സിസ്റ്റര്‍ തെ രേസ ഒരു തീരുമാനമെടുത്തു. അവര്‍ക്കിടയി ലേക്ക് ഇറങ്ങിച്ചെന്ന് പ്രവര്‍ത്തിക്കുക. അവ ര്‍ക്കുവേണ്ടി എന്തെങ്കിലും ചെയ്യുക.

പത്ത്
നീലക്കരയുള്ള സാരി

സിസ്റ്റര്‍ തെരേസക്ക് ആരോടെങ്കിലും മാര്‍ഗ്ഗനി ര്‍ദ്ദേശം സ്വീകരിക്കണമെങ്കില്‍ അതിനു പറ്റിയ ഒരാളേ ഉണ്ടായിരുന്നുള്ളൂ. അത് ഫാദര്‍ വാന്‍ എ ക്സെം ആയിരുന്നു. അദ്ദേഹമായിരുന്നു സിസ്റ്റ ര്‍ തെരേസയുടെ ആത്മീയഗുരു എന്നു പറയാം.

കൽക്കത്തിയിലെ ഇടുങ്ങിയ തെരുവുകളിലും ചേരികളിലും കാണുന്ന കാഴ്ചകൾ തന്നെ അലോ സരപ്പെടുത്തുന്നു എന്നും അവർക്കുവേണ്ടി എ ന്തെങ്കിലും ചെയ്യാൻ കഴിയണമെന്നും സിസ്റ്റർ തെരേസ ഫാദർ വാൻ എക്സെമിനോട് അഭ്യ ർത്ഥിച്ചു. പക്ഷേ അവർ കൽക്കത്താ സഭയുടെ ഭാഗമായതിനാൽ അത്തരം കാര്യങ്ങലിൽതീരു മാനമെടുക്കാൻ വത്തിക്കാൻ ഉത്തരവ് വന്നേ പ റ്റൂ. മാത്രമല്ല, ലൊറെറ്റോ സഭയുടെ ആസ്ഥാനമാ യ റാഥ്ഫർ മാനിലെ മദർജനറലിന്റെ സമ്മത വും ആവശ്യമാണ്. സിസ്റ്റർ തെരേസ മദർജനറ ലിന് കത്തെഴുതി. വൈകാതെ മറുപടി വന്നു. അത് നിരാശാജനകമായിരുന്നു. ദരിദ്രരെസേവി ക്കണമെങ്കിൽ സഭക്കു പുറത്തുപോകണമെന്നാ യിരുന്നു കത്തിലെ ആശയം. ജാതിമതഭേദമന്യേ ദരിദ്രരെ സേവിക്കുക എന്ന സിസ്റ്റർ തെരേസ യുടെ ആഗ്രഹത്തിന് തിരിച്ചടിയായിരുന്നു അത്
.

സിസ്റ്റർ തെരേസ, ഫാദർ വാൻ എക്സെം വഴി ക ൽക്കത്ത ആർച്ച് ബിഷപ്പ് പെരിയോരുമായി ബ ന്ധപ്പെട്ടു. ആർച്ച് ബിഷപ്പ് വഴി വത്തിക്കാനിലേ ക്ക് അനുമതി ചോദിച്ച് കത്തെഴുതി. ആ കത്തി ലും മതേതരസേവനം എന്ന വാക്ക് ഉപേക്ഷിക്കാ ൻ ആർച്ച് ബിഷപ്പ് നിർബന്ധിച്ചു.എന്തെന്നാൽ മ തേതരസേവനം വഴി സിസ്റ്റർ തെരേസ സഭയി ൽ നിന്ന് പുറത്താക്കപ്പെടുകയും സാധാരണ സാ

മുഹ്യപ്രവര്‍ത്തക ആയിത്തീരുകയും ചെയ്യും. എന്നാല്‍ അങ്ങനെയാകട്ടെ എന്ന് നിശ്ചയിച്ച സിസ്റ്ററുടെ കത്ത് വത്തിക്കാനിലേക്ക് പോയി.

എന്നാല്‍ വത്തിക്കാനില്‍ നിന്നുള്ള മറുപടി എല്ലാവരേയും ഞെട്ടിച്ചുകളഞ്ഞു. സിസ്റ്റര്‍ തെരേസക്ക് കന്യാസ്ത്രീയായി തുടര്‍ന്നുകൊണ്ട് മതേതരസേവനമാകാം എന്നായിരുന്നു അത്. അതായത് സിസ്റ്റര്‍ തെരേസക്ക് ഇനി ക്രിസ്ത്യാനികളിലെ പാവങ്ങളെ മാത്രമല്ല എല്ലാ മതങ്ങളില്‍ പെട്ട പാവങ്ങളേയും സഹായിക്കാന്‍ കഴിയും. അതോടെ സ്വന്തം യൂണിഫോമും ചിട്ടവട്ടങ്ങളും ഉണ്ടാകും. സിസ്റ്റര്‍ തെരേസ ദൈവത്തിന് നന്ദി പറഞ്ഞു. അതോടെ സിസ്റ്റര്‍ തെരേസ മദര്‍ തെരേസ എന്നറിയപ്പെട്ടു തുടങ്ങി.

ഫാദര്‍ വാന്‍ എക്സെം വത്തിക്കാനില്‍ നിന്ന് ഈ സന്തോഷവര്‍ത്തമാനം അറിയിച്ചുകൊണ്ടുള്ള കത്ത് മദര്‍ തെരേസക്ക് നല്‍കിയപ്പോള്‍ മദര്‍ നിറകണ്ണുകളോടെ ആകാശത്തേക്ക് കൈകളുയര്‍ത്തി മിനിറ്റുകളോളം പ്രാര്‍ത്ഥിച്ചു. എന്നിട്ട് ചാപ്പലിന്റെ ഒരു ഉള്ളറയില്‍ സൂക്ഷിച്ചിരുന്ന ചിലവസ്തുക്കള്‍ എടുത്തുകൊണ്ടുവന്ന് ഫാദര്‍ വാന്‍ എക്സെമിനെ കാണിച്ചു. അത് നീലക്കരയുള്ള മൂന്ന് വെള്ള സാരികളും ഒരു ചെറിയ ക്രൂശിതരൂപവും ഒരു ജപമാലയുമായിരുന്നു. ആ വസ്തുക്കള്‍ വെഞ്ചരിച്ചുതരണമെന്ന് മദര്‍, ഫാദര്‍ വാന്‍ എക്സെമിനോട് പറഞ്ഞു.

1948 ഓഗസ്റ്റ് 17 നാണ് മദര്‍ നീലക്കരയുള്ള വെ ള്ളസാരി ആദ്യമായി ഉടുത്തത്. അങ്ങനെ മദര്‍ തെരേസ ലൊറെറ്റോ മഠത്തില്‍ നിന്നും എന്റല്ലി കോണ്‍വെന്റില്‍ നിന്നും പുറത്തുകടന്ന് കല്‍ക്ക ത്തയിലെ തെരുവുകളിലേക്കിറങ്ങി.

പതിനൊന്ന്

അഗതികളിലേക്കുള്ള വഴി

ലൊറെറ്റോ മഠത്തില്‍ നിന്നും വിട്ടുമാറി സ്വത ന്ത്രമായി പ്രവര്‍ത്തിക്കാന്‍ മദര്‍തെരേസക്ക് വ ത്തിക്കാന്റെ അനുമതി ലഭിച്ചു. എങ്കിലും ലൊറെ റ്റോ മഠത്തില്‍ നിന്നും സിസ്റ്റര്‍മാരുടെ സഹായ സഹകരണങ്ങള്‍ പിന്നീടും മദറിന് ലഭിച്ചു. മാത്ര മല്ല, ലൊറെറ്റോ മഠം മദറിന് ഒരു അലവന്‍സും അനുവദിച്ചിരുന്നു. മദര്‍ പൈസ കൈയ്യില്‍ അ ധികം സൂക്ഷിക്കാറില്ല. യാത്രകളില്‍ ബസ്സൂലി മാത്രം കരുതും. സെന്റ് തെരേസാസ് സ്കൂളില്‍ മദ ര്‍ ഒരു ഡിസ്പെന്‍സറി ആരംഭിച്ചിരുന്നു. കാര ണം രോഗികളായിരുന്നു തെരുവുനിറയെ. ചികി ത്സയും ശുശ്രൂഷയുമായിരുന്നു അവര്‍ക്ക് ആദ്യം വേണ്ടത്. അതിനു മദറിനെ പ്രാപ്തയാക്കിയത് 194 8 പാറ്റ്നയില്‍ താമസിച്ച് നഴ്സിങ്ങിനു നേടിയ പരി

ശീലനമായിരുന്നു. 1950 ഒക്ടോബർ 7 ന് മദറി
ന്റെ പുതിയ സഭയുടെ ഉദ്ഘാടനം ലളിതമായ ച
ടങ്ങുകളോടെ നടന്നു. തുടർന്ന മദർ ചെന്നത്
മോത്തിഝിൽ എന്ന

കൽക്കത്തയിലെ ഒരു ചേരിയിലേക്കാണ്. തിക ച്ചും ദരിദ്രരായിരുന്നു അവിടത്തെ ആളുകൾ. മദ ർ ശുശ്രൂഷക്ക് ചെന്നത് അവരെ സന്തോഷിപ്പിച്ചു . അവിടെ ഒരു സ്കൂൾ തുടങ്ങാനാണ് മദർ വന്നിരി ക്കുന്നത് എന്നറിഞ്ഞപ്പോൾ അവരുടെ സന്തോ ഷം ഇരട്ടിച്ചു. പക്ഷേ എന്തു ചെയ്യും, സ്കൂൾതുട ങ്ങാൻ കെട്ടിടം വേണ്ടേ, ബെഞ്ചും ഡെസ്കും വേ ണ്ടേ, ബ്ലാക്ക് ബോർഡും ചോക്കും വേണ്ടേ. അ തൊന്നും അവിടെയില്ല.

മദറിനെ ഈ ഇല്ലായ്മകളൊന്നും അലട്ടിയില്ല. പി റ്റേന്ന് താൻ വരുമെന്ന് പറഞ്ഞ് മദർ മടങ്ങി. അടു ത്തദിവസം നീലക്കരയുള്ള വെളുത്തസാരിയും ഉടുത്ത് അതിൻമേൽ ഒരു ക്രൂശിതരൂപം പിൻ ചെയ്ത് പിടിപ്പിച്ച് ജപമാലയുമായി മദർ ഉത്സാഹ വതിയായി എത്തി. അഞ്ചു കുട്ടികൾ അപ്പോൾപ ഠിക്കാനായി മദറിനേയും കാത്ത് അവിടെ കാ ത്തിരിക്കുന്നുണ്ടായിരുന്നു. മദർ നോക്കിയപ്പോ ൾ ചെളി നിറഞ്ഞ ഒരു കുളവും കുറച്ചുമരങ്ങളു മാണ് അവിടെയുള്ളത്. ബാക്കി ഇടങ്ങളെല്ലാം ത കരവും കടലാസും തുണിയും കുത്തിമറച്ച കു ടിലുകളാണ്. മദർ ഒരു കമ്പെടുത്ത്മരത്തണലി ൽ വരച്ച് കുട്ടികൾക്ക് ഇരിക്കാനുള്ള സ്ഥലം അ ടയാളപ്പെടുത്തിക്കൊടുത്തു. ഓരോരുത്തരും അവിടെ ഇരുന്നു. മണ്ണിൽ കമ്പുകൊണ്ട് കോറി ബംഗാളി അക്ഷരമാലയാണ് മദർ ആദ്യം ആ കു ട്ടികളെ പഠിപ്പിച്ചത്. ഉച്ചഭക്ഷണം കോൺവെന്റി

ൽ നിന്ന് കൊണ്ടു വരും. മദർആരുടേയും ഭക്ഷ
ണമോ പാനീയമോ സ്വീകരിക്കാറില്ല. അതിന് മ
ദർ പറയുന്ന ന്യായമുണ്ട്. പണക്കാരിൽ നിന്ന് വി
രുന്നു സ്വീകരിച്ചാൽ പാവപ്പെട്ടവനിൽ നിന്നും
സ്വീകരിക്കേണ്ടി വരും. പക്ഷേ ആ വിരുന്ന് സം
ഘടിപ്പിക്കാൻ പാവപ്പെട്ടവൻ കുറച്ചൊന്നുമല്ല ക
ഷ്ടപ്പെടേണ്ടി വരിക.ദരിദ്രരിൽ നിന്ന് വിരുന്ന്
സ്വീകരിച്ചില്ലെങ്കിൽ മദർ പണക്കാരിൽ നിന്ന്
മാത്രം വിരുന്നു സ്വീകരിക്കുന്നു എന്നു പരാതി
ഉയരും. അങ്ങനെ ഉണ്ടാകാതിരിക്കാനാണ് ആരു
ടെ ഭക്ഷണപാനീയങ്ങളും മദർ തെരേസയും മറ്റു
സിസ്റ്റർമാരും സ്വീകരിക്കാത്തത്. കുടിക്കാനു
ള്ള വെള്ളവും ഭക്ഷണവും കൂടെ കൊണ്ടുനട
ക്കുകയാണ് സിസ്റ്റർമാരുടെ രീതി.

മോത്തിധ്ഡിലിലെ ആദ്യദിനങ്ങൾ പിന്നിട്ടപ്പോ
ൾ സ്ഥിരമായി ബംഗാളി അക്ഷരമാല അവിടെ
കൂട്ടമായി മുഴങ്ങിത്തുടങ്ങി. കുട്ടികൾ വർദ്ധിച്ചു
. പക്ഷേ ആർക്കും വൃത്തിയില്ലായിരുന്നു. സെന്റ്
മേരീസിലെ ഒരു അദ്ധ്യാപിക സോപ്പുകട്ടകളുമാ
യി വന്നു. കുട്ടികളെ കുളത്തിലിറക്കിതേച്ചുകു
ളിപ്പിച്ചു. പിന്നെ നിലത്ത് കമ്പുകൾ കൊണ്ട് അ
ക്ഷരങ്ങൾ എഴുതി പാഠങ്ങൾ പഠിപ്പിച്ചു. പഠനം
പുരോഗമിച്ചപ്പോൾ സ്ഥലത്തെ അൽപം പൈസ
യുള്ളവർ സ്ലേറ്റും പുസ്തകവും നൽകി. പിന്നീട്
കൂടുതൽ സംഭാവനകളായി ബെഞ്ചും ഡെസ്ക്കും
വന്നു. കുട്ടികളുടെ എണ്ണം അമ്പതായി.നാല് അ

ദ്ധ്യാപകർ സഹായത്തിനു വന്നു. പാർക്ക് സ
ർക്കിളിലെ ഒരു പുരോഹിതൻ നൂറുരൂപ സംഭാ
വന നൽകി. അതുകൊണ്ട് മദർ തെരേസ മാസം
അഞ്ചുരൂപ വാടക നിരക്കിൽ ഡിസ്പെൻസറി
യും സ്കൂളിനും വേണ്ടി രണ്ടു മുറികൾ വാടക
ക്കെടുത്തു. സ്കൂളിന് ഒരു കെട്ടിടമായതോടെഅ
വിടെ ബംഗാളിക്കുപുറമേ കണക്കും പഠിപ്പിക്കാ
ൻ തുടങ്ങി. കൂടാതെ തുന്നലും. മദർ തെരേസ
ആ സ്കൂളിന് നിർമൽ ഹൃദയ് എന്നു പേരിട്ടു.

പന്ത്രണ്ട്
ലോകത്തോട് യാചന,
അഗതികൾക്ക് വേണ്ടി

കുട്ടികളും മദറും തമ്മിൽ വളരെയധികം അടു
ത്തു. മദർ അവരെ വെറുതെ അക്ഷരമാല പഠി
പ്പിക്കുക മാത്രമല്ല ചെയ്തത്. നന്നായി പെരുമാറാ
ൻ, മുതിർന്നവരെ ബഹുമാനിക്കാൻ, ശുചിയായി
നടക്കാൻ അങ്ങനെ പലതും പഠിപ്പിച്ചു. അവരി
ൽ ഹിന്ദുക്കളും മുസ്ലിങ്ങളുമായിരുന്നു കൂടുത
ൽ.

ഒരിക്കൽ കുട്ടികൾ മദറിനോട് പറഞ്ഞു. അവ
ർക്കിടയിലെ രണ്ടുകുട്ടികൾ രണ്ടുദിവസമായി

ഒന്നും കഴിച്ചിട്ടില്ലെന്ന്. ആ കുട്ടികൾ പക്ഷേ ഒ ന്നും ഉരിയാടിയില്ല. കൽക്കത്തയിലെ ഭീകര ക്ഷാമത്തിനുമുമ്പ് അവരുടേത് ഒരു സമ്പന്നഗൃ ഹമായിരുന്നു. മദർ തന്റെ വണ്ടിക്കൂലി ചെലവാ ക്കിപലഹാരം വാങ്ങി കുട്ടികൾക്ക് കഴിക്കാൻ കൊടുത്തു. എന്നിട്ട് കോൺവെന്റിലേക്ക് ബസ് ഉ പേക്ഷിച്ച് നടന്നുപോയി. പോകും വഴി റോഡരി കിലുള്ള പള്ളിയിൽ കയറി അവിടത്തെ പുരോ ഹിതനെ കണ്ടു. ആ കുട്ടികളുടെ വിശപ്പുമാറ്റാ ൻ എന്തുചെയ്യാൻ കഴിയും എന്ന് ചോദിച്ചു.പ്രതീ ക്ഷിച്ചതിനു വിപരീതമായി ആ പുരോഹിതൻ ക്ഷുഭിതനായി. ഞാൻ യാചിച്ചിട്ടായാലും ആ കു ട്ടികളുടെ പട്ടിണിമാറ്റും എന്ന് മദർ ആ പുരോ ഹിതനോട് പറഞ്ഞു. അതൊരു പുതിയ തുടക്ക മായിരുന്നു. യാചന പുരാതന ഇന്ത്യയിൽ മഹ ത്തായ ഒരു കാര്യമായിരുന്നു. ഭിക്ഷുക്കളുടേയും സന്യാസികളുടേയുമെല്ലാം പാരമ്പര്യമുള്ള ഇ ന്ത്യയിൽ യാചന ശക്തമായ ഫലം ചെയ്യുമെന്ന് മ ദർ മനസിലാക്കി. അവർ മരുന്നുകൾക്കും പഴയ വസ്ത്രങ്ങൾക്കും പാൽപ്പൊടി മുതലായ ഭക്ഷ ണസാധനങ്ങൾക്കും യാചിച്ചുകൊണ്ട് സമൂഹ ത്തിലെ പലർക്കും കത്തുകളെഴുതി. സംഭാവന കൾപക്ഷേ തന്റെ ത്യാഗത്തേയും പ്രതിജ്ഞയേ യും തകർക്കരുതെന്നും മദറിന് നിർബന്ധമു ണ്ടായിരുന്നു.

മദറിന്റെ ഇച്ഛക്കനുസരിച്ച് സ്കൂൾ നല്ല രീതിയിൽ പ്രവർത്തിച്ചുതുടങ്ങി. ഒപ്പം മദർ ഡിസ്പെൻസ റിയിലും ശ്രദ്ധ കേന്ദ്രീകരിച്ചു. സ്കൂൾ സമയം കഴി ഞ്ഞാൽ അവിടം ഡിസ്പെൻസറിയായി മാറും.

ക്ഷയരോഗികളുടേയും മറ്റും നീണ്ട ക്യൂ അ വിടെ രൂപപ്പെട്ടു. മദർ തന്നെ പരിശോധിച്ച് അ ത്യാവശ്യം മരുന്നുകൾ നൽകി.

രണ്ടാഴ്ച കൊണ്ട് മദർ ഒരു സ്കൂളും ഒരു ഡിസ്പെ ൻസറിയും സ്ഥാപിച്ചതിനു പിന്നാലെ 1949 ൽ തി ൽജല എന്ന സ്ഥലത്ത് ഒരു സ്കൂൾ ആരംഭിച്ചു. ആ റുകുട്ടികളെ നാലുരൂപ വാടകയുള്ള ഒരു മുറി യിലിരുത്തി പഠിപ്പിച്ചുകൊണ്ടായിരുന്നു തിൽജ ലയിലെ സ്കൂളിന്റെ തുടക്കം.

അപ്പോഴും മദർ താമസിച്ചിരുന്നത് ലിറ്റിൽ സി സ്റ്റേഴ്സ് ഓഫ് പുവർ എന്ന വിഭാഗത്തിൽപ്പെട്ടവ രോടൊപ്പമായിരുന്നു. മദറിന് മോത്തിഝ്ഡില്ലി ലും തിൽജലയിലും എളുപ്പത്തിൽ പോയി വരു ന്നതിന് ഒരു ആസ്ഥാനം വേണമെന്ന് ഫാദർ വാ ൻ എക്സൈമിന് മനസിലായി. അദ്ദേഹത്തിന്റെ സുഹൃത്തായ മൈക്കിൾ ഗോമസിന്റെ ക്രീക്കെല്ല യ്ലിലെ മൂന്നു നില കെട്ടിടത്തിലെ ഒരു നില മദ റിന് സംഘടിപ്പിച്ചുകൊടുത്തു. അതാണ് മദറി ന്റെ ആസ്ഥാനത്തിന്റെ തുടക്കം. അതിന്റെ വിലാ സം ഇങ്ങനെയായിരുന്നു. നമ്പർ 14,

ക്രീക്കൈ്ക്ലെയ്ൻ അവിടെ നിന്നാണ് 128 രാജ്യങ്ങളി ലായി വ്യാപിച്ച മിഷണറീസ് ഓഫ് ചാരിറ്റീസ് എ ന്ന മദറിന്റെ സംഘടനയുടെ തുടക്കം.

പതിമൂന്ന്
എനിക്കു ദാഹിക്കുന്നു

മദർ തെരേസ മോത്തിഥഡില്ലിൽ പ്രവർത്തനം തുടങ്ങി ഏതാനും മാസങ്ങൾ കഴിഞ്ഞപ്പോൾ ക ൽക്കത്തെ ആർച്ച് ബിഷപ്പ് പെരിയോർ മദറിന്റെ സംഘടനക്ക് വ്യക്തമായ ഒരു രൂപവും ഭരണഘ ടനയും നിർദ്ദേശിച്ചു. അതുപ്രകാരമാണ് മദർ ത ന്റെ സംഘടനക്ക് മിഷണറീസ് ഓഫ് ചാരിറ്റീസ് എന്ന് നാമകരണം ചെയ്തത്. അതിനൊരു ഭരണ ഘടന എഴുതിയുണ്ടാക്കാൻ ഫാദർ വാൻ എ ക്സൈെമിന്റെ സഹായം തേടി. 275 നിയമങ്ങൾ ആ ഭരണഘടനയിലുണ്ടായിരുന്നു. അനാഥരായ കുട്ടികൾ, ദരിദ്രരായ ആളുകൾ, രോഗികൾ, കു ഷ്ഠരോഗികൾ, മരണം കാത്തുകിടക്കുന്ന അഗതി കൾതുടങ്ങിയ സമൂഹത്തിലെ അശരണരെ സേ വിക്കുക എന്നതായിരുന്നു സംഘടനയുടെ പ്രഥ മ ലക്ഷ്യം.

സംഘടനയുടെ അടിസ്ഥാനതത്വം എനിക്ക് ദാ ഹിക്കുന്നു എന്നതാണ്. അത് മിഷണറീസ് ഓഫ് ചാരിറ്റീസിന്റെ ലോകത്തെല്ലായിടത്തുമുള്ള മ ന്ദിരങ്ങളിലെ ക്രൂശിതരൂപങ്ങളുടെ മുകളിൽ എ ഴുതി വച്ചിട്ടുണ്ട്. അതിന്റെ അർത്ഥം സ്നേഹ ത്തിനുവേണ്ടിയുള്ള ആത്മാവിന്റെ ദാഹം എ ന്നാണ്.ദരിദ്രരുടേയും രോഗികളുടേയും അനാഥ ബാല്യങ്ങളുടേയും അഗതികളുടേയും ഉള്ളിൽ മറഞ്ഞിരിക്കുന്ന ക്രിസ്തുവിനെ സ്നേഹിക്കാൻ മദർ ലോകത്തോട് ആഹ്വാനം ചെയ്യുന്നതാണത്.

പതിനാല്
ഇസ്ലാമിന്റെ അത്ഭുതവും മദർ ഹൗസും

മൈക്കിൾ ഗോമസിന്റെ കെട്ടിടത്തിൽ മദർ തെ രേസയുടെ ആസ്ഥാനം രണ്ട് വർഷം തുടർന്നു. അപ്പോഴേക്കും അവിടെ മുപ്പത് കന്യാസ്ത്രീക ൾ മിഷണറിമാരായി ചേർന്നിരുന്നു. അവിടെ സ്ഥലമില്ലാതായി. കെട്ടിടത്തിന്റെ മുകളിൽ മദ ർ ഒരു കൂര കെട്ടി കൂടുതൽ ഇടമുണ്ടാക്കാൻ ശ്ര മിച്ചു.ഫാദർ വാൻ എക്സൈസമും ഫാദർ ഹെന്റി യും കൂടി മദറിന് കൂടുതൽ വിസ്താരമുള്ള ഒരു

കെട്ടിടം സംഘടിപ്പിക്കാൻ വേണ്ടി സൈക്കിളി
ൽ നാടു ചുറ്റി.

ഒരു ദിവസം ഒരാൾ ക്രീക്കെല്ലയ്ലെ മദർ തെ
രേസയുടെ ഓഫിസിൽ ചെന്ന് ലോവർ സർക്കു
ലർ റോഡിലെ 54എ എന്ന കെട്ടിടം വിൽക്കാനു
ണ്ടെന്ന് പറഞ്ഞു. അയാൾ മദറിനെ കെട്ടിടഉടമ
സ്ഥനും മജിസ്ട്രേറ്റുമായ ഡോ. ഇസ്ലാമിന്റെ അടു
ക്കൽ എത്തിച്ചു. ഡോ. ഇസ്ലാം അത്ഭുതപ്പെട്ടു.കെ
ട്ടിടം വിറ്റാലോ എന്ന വിവരം തലേന്ന് രാത്രി ഭാ
ര്യയോട് മാത്രമേ സൂചിപ്പിച്ചിരുന്നുള്ളൂ. മറ്റാരോ
ടും ഇത് പറഞ്ഞിട്ടില്ല. തന്നെ കൊണ്ടുവന്നയാളെ
തിരക്കി മദർ തിരിഞ്ഞു നോക്കിയപ്പോൾ അ
ങ്ങനെയൊരാൾ അവിടെയെങ്ങുമില്ല. മദർ തെ
രേസയെക്കുറിച്ച് ഡോ. ഇസ്ലാം പറഞ്ഞത് -
ഈലോകത്ത് പണം മാത്രമുണ്ടായാൽ പോര എ
ന്നായിരുന്നു. തുടർന്ന് അദ്ദേഹം അവരോട് കയ
റിയിരിക്കാൻ പറഞ്ഞിട്ട് തൊട്ടടുത്തുള്ള മൗലാ
നാ അലിയുടെ പള്ളിയിലേക്ക് പോയി. പ്രാർത്ഥ
ന കഴിഞ്ഞെത്തിയ ഡോ. ഇസ്ലാം പറഞ്ഞു -
ദൈവം തനിക്കു തന്ന വീട് താൻ ദൈവത്തിനു
തന്നെമടക്കിക്കൊടുക്കുന്നു.

ഇടവക ഒരു ലക്ഷത്തി ഇരുപത്തയ്യായിരം രൂപ
ക്കായിരുന്നു ഡോ.ഇസ്ലാമിന്റെ കെട്ടിടം വാങ്ങി
യത്. അത് ഒരു കുറഞ്ഞതുകയായിരുന്നു. ആ തു
ക പലിശയില്ലാത്ത കടമായി മദറിന്റെ പേരിൽ
എഴുതി വച്ചിരുന്നു. മദർ പലപ്പോഴായി തുക
കൊടുത്ത് കടം വീട്ടി. അതാണ് മദർ ഹൗസായി
രൂപപ്പെട്ട കെട്ടിടം. 1953ൽ മിഷണറീസ് ഓഫ്
ചാരിറ്റീസിന്റെ ആസ്ഥാനം ആ കെട്ടിടത്തിലേ
ക്ക് മാറ്റി.

പതിനഞ്ച്
ലളിതജീവിതം

വളരെ ലളിതമായ ജീവിതമാണ് മദറും അനുയാ
യികളും നയിച്ചിരുന്നത്. നീലക്കരയുള്ള വെള്ള
കോട്ടൺസാരിയാണ് എല്ലാവരുടേയും വേഷം.
സാരിയിൽ ഒരു ചെറിയ ക്രൂശിതരൂപം പിൻചെ
യ്യു വച്ചിരിക്കും. പിന്നെ ഒരു ജപമാല കൈയ്യിൽ
കരുതിയിരിക്കും. നിരന്തരമായ അധ്വാനംമൂലം
സാരിയിൽ പെട്ടെന്നു കീറലുകൾ ഉണ്ടാകുമായി
രുന്നു. പക്ഷേ പുതിയത് വാങ്ങുന്നതിനുപകരം
ആ സാരികൾ ഭംഗിയായിതുന്നി ഉപയോഗിച്ചു.
ദിവസവും അലക്കിയ വസ്ത്രം വൃത്തിയായി ധ
രിക്കുക എന്നത് മദറിന് നിർബന്ധമാണ്. ശുചി

ത്വം മദറിന്റെ കർക്കശമായ ചിട്ടകളിൽപ്രഥമമാ
ണ്. ദരിദ്രർ എങ്ങനെ ശുചിത്വമുള്ളവരായി നട
ക്കുന്നു എന്നതിന് മദർ തന്നെത്തന്നെയാണ് മാ
തൃകയായി മുന്നോട്ടു വച്ചത്.

മിഷണറീസ് ഓഫ് ചാരിറ്റീസിലെ സിസ്റ്റർമാ
ർ പുറത്തുനിന്ന് ആരുടെ കൈയ്യിൽ നിന്നും ഭ
ക്ഷണമോ വെള്ളമോ വാങ്ങിക്കഴിക്കുകയയില്ല.
അവരവർക്കുവേണ്ട ഭക്ഷണം, അത് ചപ്പാത്തി
യോ മറ്റോ പൊതിഞ്ഞെടുത്ത് ബാഗിൽ വക്കും.
കുപ്പിയിൽ കുടിക്കാനുള്ള വെള്ളവും കരുതും.
മദർ മിക്കപ്പോഴും കൈയ്യിൽ ഒരു മരപ്പിടിയുള്ള
സഞ്ചി കൊണ്ടു നടക്കാറുണ്ട്.

സിസ്റ്റേഴ്ജിന് മദർ ഒരു ടൈടേബിൾ നിശ്ചയി
ച്ചു. വെളുപ്പിന് അഞ്ചുമണിക്ക് ഉണരണം. അരമ
ണിക്കൂർ ധ്യാനം. പിന്നെ കൂട്ടപ്രാർത്ഥന. അതി
നുശേഷം ഓരോരുത്തർക്കും അതാതു ദിവസം
നിശ്ചയിച്ച ജോലികളിൽ സിസ്റ്റേഴ്ജ് ഏർപ്പെട്ടു
കൊള്ളണം. പാചകം, അലക്ക്, ഓഫിസ് ഭരണം,
ഇതൊക്കെ ഓരോരുത്തർക്കും ഊഴമനുസരിച്ച്
കൃത്യമായി വീതിച്ചിട്ടുണ്ടാകും. എട്ടുമണിക്ക് പ്ര
ഭാതഭക്ഷണം. അതിന് ആഡംബരമൊട്ടുമില്ല. ച
പ്പാത്തിയും ചായയും. പിന്നെ സിസ്റ്റേഴ്ജ് അവരവ
ർക്കു നിശ്ചയിച്ചിട്ടുള്ള സ്ഥലങ്ങളിലേക്ക് പോ
കും. ചിലർ കുഷ്ഠരോഗാശുപത്രിയിലേക്ക്പോ
കും. ചിലർ ക്ഷയരോഗാശുപത്രിയിലേക്കും മറ്റു
ചിലർ അനാഥാലയങ്ങളിലേക്കും നഴ്സറിക്ലാസുക

ളിലേക്കും പോകും. കഴിവതും നടന്നായിരി
ക്കും യാത്ര. യാത്ര ചെയ്യുമ്പോഴും സിസ്റ്റേഴ്സ് കൈ
യ്യിലെ കൊന്തയുപയോഗിച്ച് പ്രാർത്ഥിച്ചുകൊ
ണ്ടിരിക്കും. പക്ഷേ ഒരു കാര്യം മദറിന്നിർബന്ധ
മായിരുന്നു. ആരും ഒറ്റക്ക് പോകരുത്. രണ്ടു സി
സ്റ്റേഴ്സ് ചേർന്നുവേണം ശുശ്രൂഷക്ക് പോകാൻ. സു
രക്ഷിതത്വത്തിന് ഒരു മുൻകരുതലാണ് അതെ
ങ്കിലും മിഷണറീസ് ഓഫ് ചാരിറ്റീസിലെ ഒരു
സിസ്റ്ററും എവിടെയും ആക്രമിക്കപ്പെട്ടിട്ടില്ല.

മിഷണറീസ് ഓഫ് ചാരിറ്റീസിന്റെ പ്രാർത്ഥനാല
യം എടുത്തുപറയേണ്ട ഒന്നാണ്. യാതൊരു ആ
ഡംബരങ്ങളുമില്ല. അകത്ത് പാദരക്ഷക്ക് വില
ക്കുണ്ട്. ഒരു മേശയും അതിനുമുകളിൽ വച്ചിരി
ക്കുന്ന കന്യാമറിയത്തിന്റെ പ്രതിമയും ആണ്
അൾത്താര എന്നു പറയുന്നത്. നിലത്ത് ചണത്തി
ന്റെരു പായയോ പുല്ലുപായയോ ഉണ്ടാകും. അ
തിൽ മുട്ടുകുത്തി പ്രാർത്ഥിക്കണം. ഇത്രയും ല
ളിതമായ, ക്രിസ്തുവിന് തികച്ചും ഇഷ്ടപ്പെടുന്ന പ്രാ
ർത്ഥനാലയം ലോകത്ത് എവിടെയെങ്കിലും ഉ
ണ്ടോ എന്ന് സംശയമുണ്ട്.

വ്യാഴാഴ്ചയാണ് മിഷണറീസ് ഓഫ് ചാരിറ്റീസി
ന്റെ അവധിദിനം. അന്ന മദറിന് അവധിയൊന്നു
മില്ല. പക്ഷേ സിസ്റ്റേഴ്സ് വ്യാഴാഴ്ചകള്‍ ശുചീകരണ
ത്തിനും വസ്ത്രങ്ങള്‍ തുന്നുന്നതിനും മറ്റും നീ
ക്കിവക്കുകയാണ് പതിവ്. അമ്മയുടെ പതിവു
യാചനകളുമായി മദര്‍ അപ്പോഴുംയാത്രകളിലാ
യിരിക്കും. റെയില്‍വേസ്റ്റേഷനില്‍ നിന്ന് ഒരു
ചെറിയ ട്രക്ക് പിടിച്ച് അതില്‍ അനാഥാലയങ്ങ
ളിലേക്കുള്ള മൈദാച്ചാക്കുകളും ഉരുളക്കിഴങ്ങു
ചാക്കുകളും നിറച്ച് അതിനു മുകളിലിരുന്ന് സ
ഞ്ചരിച്ചാവും മദര്‍ മടങ്ങിയെത്തുക. ചിലപ്പോള്‍
ഒരു റിക്ഷയില്‍ പലയിടത്തുനിന്നുംശേഖരിച്ച
പഴയ വസ്ത്രങ്ങള്‍ കുത്തിനിറച്ച സഞ്ചികള്‍ ക
യറ്റിയാകും മദര്‍ വരിക.

ഏറ്റവും ശ്രദ്ധേയമായ കാര്യം മിഷണറീസ്
ഓഫ് ചാരിറ്റീസിന് ബാങ്ക് നിക്ഷേപങ്ങള്‍ ഇല്ല എ
ന്നതാണ്. ഫണ്ട് പിരിവ് മദര്‍ വിലക്കിയിട്ടുണ്ട്. പ
ള്ളിയുടേയും സര്‍ക്കാരിന്റേയും ഗ്രാന്റും വാങ്ങു
ന്നില്ല. ഭിക്ഷ മാത്രമാണ് ആശ്രയം. അത് എന്തെ
ങ്കിലും കിട്ടിയാല്‍ അപ്പോള്‍ത്തന്നെപാല്‍പ്പൊടി
യോ മൈദയോ വാങ്ങി പലയിടത്തും വിതരണം
ചെയ്യുന്നു. 128 രാജ്യങ്ങളിലായി 683 കേന്ദ്രങ്ങള്‍
ഉണ്ട് സംഘടനക്ക്. പക്ഷേ മദര്‍ ഹൗസിലെ മൂന്ന്
സിസ്റ്റര്‍മാര്‍ മാത്രം മൂന്ന് പഴയ ടൈപ്പ് റൈറ്ററുക
ളില്‍ ചെയ്യുന്ന കണക്കുമാത്രമേയുള്ളൂ. ആധുനി

കസൗകര്യങ്ങളായ കംപ്യൂട്ടർപോലുള്ള സംഗ
തികളൊന്നും അവിടെയില്ല.

പതിനാറ്
മതത്തിന്റെ
വേലിക്കെട്ടുകളില്ലാത്ത മാലാഖ

ഒരു നാൾ മദർഹൗസിൽ ഒരു ബംഗാളിഹിന്ദുയു
വാവെത്തി. മദർ ആ സമയം പുറത്തുപോയിരി
ക്കുകയായിരുന്നു. അമ്മ എത്തുന്നതുവരെ ആ
യുവാവ് മദർഹൗസിന്റെ സ്വീകരണമുറിയിൽ
കാത്തിരുന്നു, ഏകദേശം രണ്ടുമണിക്കൂറോളം.
കാഴ്ചയിൽ അയാൾ ധനാഢ്യനല്ല. ദാരിദ്ര്യമുണ്ട്എ
ങ്കിലും വൃത്തിയുള്ള വേഷമാണ്.

കാത്തിരിപ്പിനൊടുവിൽ മദർ വന്നു. യുവാവ്
എഴുന്നേറ്റ് മദറിന്റെ പാദങ്ങളിൽ ഒരു കവർ വച്ചു
കൊടുത്തു. അയാളുടെ ആദ്യത്തെ ശമ്പളമായ
അറുന്നൂറ് രൂപയാണത്. അയാൾക്ക് ഒരു ജോലി
കിട്ടിയിരുന്നു. ആദ്യത്തെ ശമ്പളം നല്ല കാര്യങ്ങ
ൾക്ക് ചിലഴിക്കണമെന്ന് നിശ്ചയിച്ച് അയാൾസ്വ
ന്തം അമ്മയോട് ചോദിച്ചപ്പോൾ അമ്മ പറഞ്ഞത്
അത് അഗതികളുടെ അമ്മയെ ഏൽപിക്കൂ എ
ന്നാണ്. കാരണം കൽക്കത്തക്കാർക്ക് അമ്മയെ

അറിയാം. അമ്മയുടെ സേവനങ്ങളുടെ വില എ ത്രത്തോളമുണ്ടെന്നും അറിയാം. മദർ ആ ചെറു പ്പക്കാരന്റെ സംഭാവന സസന്തോഷംസ്വീകരിച്ച് അനുഗ്രഹിച്ച് പറഞ്ഞയച്ചു.

ഒരിക്കൽ മദർഹൗസിന്റെ താഴെ നിന്ന് ആ രോ മാ മാ എന്ന് ഉറക്കെ വിളിക്കുന്നതുകേട്ട് ഓ ഫിസ് ചുമതലയുള്ള സിസ്റ്റർ താഴെ ചെന്നു നോ ക്കി. ഒരു യാചകനാണ്.

അയാള്‍ക്ക് മദര്‍ തെരേസയെ നേരിട്ട് കാണണ
മെന്ന് നിര്‍ബന്ധം. സിസ്റ്റര്‍ മുകളില്‍ വന്ന് മദറി
നോട് വിവരം പറഞ്ഞു. മദര്‍ താഴെയെത്തി യാച
കനെ കണ്ടപ്പോള്‍ ഭിക്ഷ ചോദിക്കാനല്ല, തന്റെ
അന്നത്തെ യാചിച്ചുകിട്ടിയ സമ്പാദ്യം മദറിന്
സംഭാവന ചെയ്യാനാണ് അയാള്‍ വന്നിരിക്കുന്ന
ത്.മദറിന് ആകെ ആശയക്കുഴപ്പമായി. ആ പാ
വം യാചിച്ചുകിട്ടിയ തുക സ്വീകരിച്ചാല്‍ അയാ
ള്‍ക്ക് ഇന്ന് അത്താഴമില്ലാതെയാകും. സ്വീകരി
ച്ചില്ലെങ്കില്‍ അയാള്‍ക്ക് വലിയ വിഷമമാകും. മ
ദര്‍ ആ തുക അയാളില്‍ നിന്ന് സ്വീകരിച്ചുകൊ
ണ്ട് ഇങ്ങനെ പറഞ്ഞു. -
ഈ ചില്ലറത്തുട്ടുകള്‍ ഞങ്ങള്‍സൂക്ഷിച്ചു വക്കും.
കാരണം ഇത് എനിക്ക് നൊബേല്‍സമ്മാനത്തേ
ക്കാള്‍ വിലപ്പെട്ടതാണ്.

മദറിന്റെ കീഴിലുള്ള ശിശുഭവനങ്ങളില്‍ വള
ര്‍ന്നു വന്ന പെണ്‍കുട്ടികള്‍ക്ക് വിവാഹപ്രായമാ
യാല്‍ കല്ല്യാണം കഴിപ്പിച്ച് അയക്കുന്ന പതിവു
ണ്ട്. മദര്‍ തന്നെ അനുയോജ്യരായ വര ാരെ ക
ണ്ടെത്തി ഹൈന്ദവസമ്പ്രദായപ്രകാരമുള്ള ചെ
റിയ സ്ത്രീധനത്തോടെയാണ് വിവാഹംനടത്തി
ക്കൊടുക്കുന്നത്. സ്ത്രീധനമായി ചെറിയൊരു
ബാങ്ക് നിക്ഷേപവും വീട്ടുപകരണങ്ങളും വിവാ
ഹസാരിയും കുറച്ചുസ്വര്‍ണവുമെല്ലാം കൊടു
ക്കുകയും ചെയ്യും.

പതിനേഴ്
ആക്ഷേപങ്ങൾക്കു നേരേ മന്ദഹസിച്ച അമ്മ

ലോകമെമ്പാടുമുള്ള അഗതികളുടെ കണ്ണീ രൊപ്പിയ നിർമലഹൃദയയായ അമ്മക്കുനേരേ യും. ക്രൂരഹൃദയങ്ങളുടെ നിർദ്ദാഷിണ്യമുള്ള ചാട്ടുളിപ്രയോഗങ്ങൾ ഉണ്ടായി. പക്ഷേ, അതൊ ന്നും അമ്മയെ ഏശിയില്ലെന്നു മാത്രം.

ഒരുനാൾ കൽക്കത്തയിലെ തെരുവുകളിലൂടെ ട്രാമിൽ യാത്ര ചെയ്യവേ കീറിത്തുന്നിയ സാരി യുടുത്ത വെള്ളക്കാരിയായ കന്യാസ്ത്രീയായ മ ദർ തെരേസയെ നോക്കി ചിലർ ആക്ഷേപങ്ങൾ ചൊരിയാൻ തുടങ്ങി. ഒരാൾ പറഞ്ഞു, ഹിന്ദുക്ക ളെ ക്രിസ്തുമതത്തിലേക്ക് മതപരിവർത്തനംചെ യ്യാനിറങ്ങിയിരിക്കുകയാണ് മദർ എന്ന്. മറ്റൊ രാൾ പറഞ്ഞത്, സ്വന്തം മതത്തിന് ആളെക്കൂട്ടാ ൻ സേവനമെന്ന കാപട്യം സ്വീകരിച്ചിരിക്കുക യാണെന്നാണ്. അവർ ബംഗാളിയിലാണ് അത് പ റഞ്ഞത്. മദറിന് ബംഗാളി മനസിലായില്ല എന്നാ ണ് അവർ ധരിച്ചത്. മദർ വളരെ ശാന്തയായിഅ വരോട് പറഞ്ഞു -
ഞാൻ ഒരു ഇന്ത്യാക്കാരിയാണ്. ഇന്ത്യ എന്റേതു മാത്രമാണ്. അതോടെ ആക്ഷേപം ചൊരിഞ്ഞവ രുടെ നാവടഞ്ഞുപോയി.

ഒരിക്കൽ ഒരു പത്രത്തിൽ മിഷണറീസ് ഓഫ് ചാരിറ്റീസിൽ കലാപം എന്ന തലക്കെട്ടോടെ വാ

ർത്ത വന്നു. ഒരു സിസ്റ്റർ മദറിന്റെ ഏകാധിപത്യ പ്രവണതമൂലം പിരിഞ്ഞുപോയി എന്നും അവിടെ നടക്കുന്ന കൊള്ളരുതായ്മകളെക്കുറിച്ച് വെളിപ്പെടുത്തി എന്നുമായിരുന്നു വാർത്തയുടെവിശദാംശം. സത്യത്തിൽ അവിടെ അങ്ങനെ ഒരു സിസ്റ്റർ ഇല്ല. മിഷണറീസ് ഓഫ് ചാരിറ്റീസിന്റെ പ്രവർത്തനങ്ങൾ പച്ചവെള്ളംപോലെ സുതാര്യവും നാട്ടുകാർക്കെല്ലാം അറിയാവുന്നതുമായിരുന്നതുകൊണ്ട് പത്രത്തിന്റെ പ്രചരണം വേണ്ടത്ര ഫലിച്ചില്ല.

മറ്റൊന്ന് മദറിന്റെ ശിശുഭവനുകളിൽ അന്തേവാസികളായി പാവപ്പെട്ട കുട്ടികളെ എടുത്തുവളർത്തുന്നത് വിദേശരാജ്യങ്ങളിലെ മരുന്ന് ഗവേഷണശാലകളിൽ പരീക്ഷണത്തിന് വിൽക്കാനാണ് എന്ന ദുഷ്പ്രചരണമായിരുന്നു. ഇതിനേയും മദർ മന്ദഹാസത്തോടെ അതിജീവിച്ചു.

പതിനെട്ട്
കർത്താവിലേക്കുള്ള യാത്ര

1997 സെപ്റ്റംബർ അഞ്ചിന് മദർ തെരേസ ഈ ലോകത്തുനിന്നും യാത്ര പറയുമ്പോൾ അമ്മയുടെ പ്രവർത്തനഫലമായി 128 രാജ്യങ്ങളിലുള്ള 68

3 ശാഖകളിലൂടെ മിഷണറീസ് ഓഫ് ചാരിറ്റീസ് ലോകമെമ്പാടും അഗതികൾക്ക വേണ്ടി അക്ഷീ ണം യത്നിക്കുന്ന യന്ത്രമായി മാറിയിരുന്നു.ശി ശുഭവൻ എന്നപേരിൽ ലോകത്തെമ്പാടുമുള്ള അനാഥശിശുപരിപാലനകേന്ദ്രങ്ങൾ, തിത്താഗ റിലെ ഗാന്ധിജി പ്രേംനിവാസ് എന്ന പ്രശസ്ത കു ഷ്ഠരോഗ പുനരധിവാസകേന്ദ്രങ്ങൾ, കാളിഘട്ടി ലെ നിർമൽ ഹൃദയ് എന്ന ക്ഷയരോഗാശുപത്രി യടക്കം അനവധിക്ഷയരോഗനിവാരണകേന്ദ്ര ങ്ങൾ ഇതെല്ലാം ലോകത്തെങ്ങുമുള്ള അശരണ ർക്കുമുന്നിൽ തുറന്നു വച്ച് യാത്രയായപ്പോൾ അ മ്മ ഏറെ കൃതാർത്ഥയായിരിക്കും.

1979 ഡിസംബർ 10 ന് മദർ തെരേസ 90000 പവ ന്റെ നൊബേൽ സമ്മാനം നേടി. 1973 ഏപ്രിൽ 25 ന് ബ്രിട്ടന്റെ ടെംപിൾടൺ പ്രൈസ് അമ്മ സ്വീക രിച്ചു. 1983 ൽ ബ്രിട്ടന്റെ ഓർഡർ ഓഫ് മെരിറ്റ് എ ന്ന പ്രശസ്ത അവാർഡും 1971 ൽ വത്തിക്കാനിൽ നിന്ന് ഒന്നാമത്തെ അന്താരാഷ്ട്ര പോപ്ജോ ൺപുരസ്ക്കാരവും അമ്മക്ക് ലഭിച്ചു.

1962 ൽ മദറിന് ഭാരതസർക്കാരിന്റെ പത്മശ്രീ ലഭിച്ചു. ഭാരതത്തിന് പുറത്തുനിന്നൊരാൾ നേടു ന്ന ആദ്യബഹുമതിയായിരുന്നു അത്. 1980 ൽ അ മ്മയെ രാജ്യം ഭാരതരത്നം നൽകി ആദരിച്ചു. അതും ഇന്ത്യക്ക് പുറത്തുനിന്ന് ആദ്യം നേടുന്ന യാൾ അമ്മയായിരുന്നു.

മരിക്കുന്നതിന് വർഷങ്ങൾക്കു മുമ്പ് അമ്മ ഒരു സ്വപ്നം കണ്ടു. മദർ മരിച്ച് ദൈവസന്നിധിയിലെത്തിയിരിക്കുന്നു. ഒന്നാം കവാടത്തിൽ ഒരാൾ അമ്മയെ തടഞ്ഞു. അത് സെന്റ്പീറ്ററായിരുന്നു. സെന്റ്പീറ്റർ പറഞ്ഞു : "സ്വർഗ്ഗത്തിൽ പാവങ്ങളില്ല."

"ഇല്ല. സ്വർഗ്ഗത്തിൽ ഏവരും തുല്യരായിരിക്കുമല്ലോ."

മദർ പറഞ്ഞു.

"പക്ഷേ ഭൂമിയിലെ പാവങ്ങൾക്ക് അമ്മയെ ആവശ്യമുണ്ട്. അതുകൊണ്ട് മദർ മടങ്ങിപ്പോകണം"

"എന്നാൽ ഞാൻ എന്റെ ആളുകളെക്കൊണ്ട് സ്വർഗ്ഗലോകം നിറക്കും."

അമ്മ അതുപറഞ്ഞിട്ട് മടങ്ങിപ്പോന്നു.

സെന്റ്പീറ്റർ ചിരിച്ചുകൊണ്ടുനിന്നു.

1997 മാർച്ച് 13ന് മദർ തെരേസയുടെ നില പരി താപകരമായി. തുടർന്ന് മദറിന്റെ പിൻഗാമിയാ യി സിസ്റ്റർ നിർമലയെ തെരഞ്ഞെടുത്തു. 1997 സെപ്റ്റംബർ മൂന്നിന് മദർ വല്ലാതെ അസ്വസ്ഥയാ യി. സിസ്റ്റർ നിർമലയും സിസ്റ്റർ മാർഗരറ്റ് മേരി യും സിസ്റ്റർ നിർമലമരിയ തുടങ്ങിയവരും മദറി നെചുറ്റും നിന്ന് ശുശ്രൂഷിച്ചു. രണ്ടു ദിവസം അ തേ അവസ്ഥ തുടർന്നു. സെപ്റ്റംബർ അഞ്ചാം തീ യതി തനിക്ക് ചാപ്പലിൽ ചെന്ന് പ്രാർത്ഥനയിൽ പങ്കുകൊള്ളണമെന്ന് മദർ വാശി പിടിച്ചു. സിസ്റ്റ ർമാരുടെ സഹായത്തോടെ മദർ അവസാനമാ യി ചാപ്പലിലേക്ക് നടന്നു. പ്രാർത്ഥനയിൽപങ്കെ ടുത്തു. പിന്നെ ഒരു വീൽചെയറിൽ തന്റെ ഓഫി സിലിരുന്ന് സഭയിലെ സിസ്റ്റർമാരേയും ബ്രദേഴ്സി നേയും സന്ദർശകരേയും ആശീർവദിച്ചു.

വൈകുന്നേരം മൂന്നുമണിയോടെ മദർ കിട ന്നു. കാര്യങ്ങൾ കൂടുതൽ വഷളായി. മദർ ശ്വാ സോച്ഛ്വാസം ചെയ്യാൻ ബുദ്ധിമുട്ടി. ഓക്സിജൻ കൊടുക്കാൻ തുടങ്ങിയപ്പോൾ വൈദ്യുതി നില ച്ചു. മദർ മടങ്ങിച്ചെല്ലണമെന്ന ദൈവത്തിന്റെ അ ന്ത്യശാസനം പോലെ തോന്നി അത്. ഫാദർഹെ ൻസൺ അന്ത്യകർമങ്ങൾ ആരംഭിച്ചു. മദർ കട്ടി ലിൽ കിടന്ന് തല ചെരിച്ച് ചുവരിലെ ക്രൂശിത നായ ക്രിസ്തുവിന്റെ ചിത്രത്തിലേക്ക് നോക്കി മൂ ന്നു തവണ കർത്താവിന്റെ പേര് ഉച്ചരിച്ചു. അ പ്പോൾ അമ്മയുടെ മിഴികൾ മേലോട്ടു മറിഞ്ഞു.

ശരീരം നിശ്ചലമായി. അമ്മ കർത്താവിൽ അ
ന്ത്യനിദ്രപ്രാപിച്ചു.

മദറിന്റെ മരണത്തെ തുടർന്ന് രാജ്യം മൂന്നുദി
വസം ഔദ്യോഗികദുഃഖാചരണം പ്രഖ്യാപിച്ചു. ദ
ശലക്ഷക്കണക്കിനാളുകൾ അമ്മക്ക് അന്ത്യഞ്ജ
ലിയർപ്പിക്കാനെത്തി. അത്രയും ആളുകൾക്ക്
ആദരാഞ്ജലിയർപ്പിക്കാൻ രണ്ടുദിവസം അമ്മ
യുടെ ഭൗതികശരീരം പൊതുദർശനത്തിന് വച്ചു.
സംസ്കാരചടങ്ങിൽ നിരവധിപ്രമുഖർ പങ്കെടു
ത്തു. പ്രധാനമന്ത്രി ഐ.കെ. ഗുജ്റാൾ, പ്രതിപ
ക്ഷനേതാവ് അടൽബിഹാരി വാജ്പേയി, സോ
ണിയാഗാന്ധി തുടങ്ങിയ രാഷ്ട്രീയനേതാക്കളും
 36 രാജ്യങ്ങളിൽ നിന്നുള്ള പ്രതിനിധികളും ചട
ങ്ങിൽ പങ്കെടുത്തു.

മദർ തേരസയുടെ സുഹൃത്തായിരുന്ന ബംഗാ
ൾ മുഖ്യമന്ത്രി ജ്യോതിബസുവിന്റെ ഇടപെടൽ
പ്രകാരം മദറിന്റെ ഭൗതികശരീരം മദർഹൗസിന
കത്ത് തന്നെയാണ് അടക്കിയത്. അമ്മയുടെ സാ
ന്നിധ്യം എന്നും തങ്ങളോടൊപ്പം വേണമെന്ന
സിസ്റ്റേഴ്സിന്റെ ആഗ്രഹപ്രകാരമാണ് അങ്ങനെച
യ്തത്. അവിടെ അമ്മയുടെ ശവക്കല്ലറയി മേലു
ള്ള മാർബിൾ ഫലകത്തിൽ ഇങ്ങനെ എഴുതിയി
രുന്നു. "ഞാൻ നിങ്ങളെ സ്നേഹിച്ചതുപോലെ
നിങ്ങളും പരസ്പരം സ്നേഹിക്കുവിൻ.":

മദർഹൗസിലെ മദറിന്റെ മുറിയുടെ മുമ്പിലു
ള്ള ബോർഡിൽ

" മദർ ഇൻ " എന്നാണ് രേഖപ്പെടുത്തിയിരിക്കുന്ന
ത്. മദർ ഇന്നും ലോകത്തിനും തങ്ങൾക്കും മാ
ർഗ്ഗനിർദ്ദേശം നൽകിക്കൊണ്ട് അകത്തുണ്ട് എ
ന്ന് സിസ്റ്റേഴ്സ് വിശ്വസിക്കുന്നു